AF518570

INSIGHT PUBLICA®

INSIGHT PUBLICA®
Nadakkave, Kozhikode, Kerala
www.insightpublica.com
e-mail: insightpublica@gmail.com

Bodhavathiyum Jeevithavum

Sthreepaksha Vijarangal

(Malayalam Essays)

MD Radhika

First Edition: March 2016
This Edition: November 2021

ISBN 978-93-85899-17-1

ബോധവതിയും ജീവിതവും

സ്ത്രീപക്ഷവിചാരങ്ങൾ

എം. ഡി രാധിക

INSIGHT PUBLICA ®

1956 നവംബർ 6 ന് കോഴിക്കോട്ട് ജനനം

എം.ഇ. ദാമോദരക്കുറുപ്പിന്റേയും എം.കെ സുലോചനയുടേയും മകൾ.

സുവോളജിയിൽ ബിരുദം, കാലിക്കറ്റ് സർവ്വകലാശാലയുടെ ഒന്നാം റാങ്കോടെ ദേവഗിരി കോളേജിൽനിന്ന് ഇംഗ്ലീഷ് ഭാഷയിലും സാഹിത്യത്തിലും ബിരുദാനന്തരബിരുദം. അമേരിക്കൻ നോവലിസ്റ്റ് റ്റോമസ് വൂൾഫിന്റെ കൃതികളെക്കുറിച്ചുള്ള ഗവേഷണപ്രബന്ധത്തിന് പി.എച്ച്.ഡി.

34 വർഷങ്ങൾ കോളേജധ്യാപനരംഗത്ത്. ഇംഗ്ലീഷ് വകുപ്പദ്ധ്യക്ഷയായി പ്രോവിഡൻസ് വിമൻസ്കോളേജിൽ നിന്ന് 2013ൽ വിരമിച്ചു.

കഥാകൃത്ത്, ഇംഗ്ലീഷ്, മലയാളം കവിതകളും എഴുതാറുണ്ട്.

സ്ത്രീവാദ സാഹിത്യസിദ്ധാന്തത്തെ ആസ്പദമാക്കി ഇംഗ്ലീഷിലും മലയാളത്തിലും ഒട്ടനവധി ക്ലാസ്സുകളും പ്രഭാഷണങ്ങളും ലേഖനങ്ങളും.

ഭർത്താവ് : വി.കെ മോഹൻകുമാർ
മക്കൾ : അഭയ്കൃഷ്ണൻ, ശിവാനി
മരുമകൾ : ഏയ്ഞ്ചൽ പേൾ വാലത്ത്.

വിലാസം : സുവർഷ, മധുരവനം റോഡ്
സിവിൽസ്റ്റേഷൻ പി. ഒ.
കോഴിക്കോട് 673020
ഫോൺ : 0495 - 2376484

എം ഡി രാധിക

Re-vision-the act of looking back, of seeing with fresh eyes, of entering an old text from a new critical direction-is for women more than a chapter in cultural history : it is an act of survival.

Adrienne Rich
(When We Dead Awaken)

സമർപ്പണം

എന്റെ ആകാശത്തേയും ഭൂമിയേയും
പുതുക്കിപ്പണിത ലോകസ്ത്രീ വാദചിന്തയ്ക്ക്–

ഉള്ളടക്കം

സ്ത്രീ പക്ഷവായന - പ്രശ്നങ്ങളും സമീപനങ്ങളും

സ്വാതന്ത്ര്യത്തിനു വേണ്ടിയുള്ള അഭിവാഞ്ഛയും സ്വാതന്ത്ര്യത്തെക്കുറിച്ചുള്ള ഭയവും - മനുഷ്യനിലെ രണ്ട് അടിസ്ഥാനപ്രവണതകളാണിവ. ആദ്യത്തേതിൽ നിന്ന് അന്വേഷണവും അറിവും ജനിക്കുന്നു. രണ്ടാമത്തേത് മുതലെടുത്തുകൊണ്ട് അധികാരവും.

അധികാരം കയ്യിലുള്ളവന്റെ ഏറ്റവും വലിയ ആയുധം സെൻസർഷിപ്പ് ആകുന്നത് അങ്ങനെയാണ്; അന്വേഷണം അവസാനിപ്പിക്കുക; ഭയം ജനിപ്പിക്കുക. ബുദ്ധിയുടെ (തേടലിന്റെ, കണ്ടെത്തലിന്റെ) മണ്ഡലം പുരുഷന്റേയും ഗർഭപാത്രത്തിന്റെ (വെറും ശരീരത്തിന്റെ) മണ്ഡലം സ്ത്രീയുടെയും എന്നാണ് സമൂഹം സ്ത്രീയോട് എന്നും പറഞ്ഞുപോന്നിട്ടുള്ളത്. അജ്ഞതയും അതുകൊണ്ടുള്ള അടിമത്തവും അതിനാലുള്ള ഭയവും അങ്ങനെ അവൾക്ക് ആഭരണങ്ങളായിത്തീർന്നു. അതങ്ങനെയല്ലെന്നും ഭയം നിന്ദ്യമാണെന്നും അറിയുവാനും വളരുമാനുമുള്ള സ്വാതന്ത്ര്യം പുരുഷനെപ്പോലെ സ്ത്രീയുടെയും ജന്മാവകാശമാണെന്നും പഠിപ്പിക്കാൻ ശ്രമിച്ചു എന്നതാണ് ഫെമിനിസത്തിന്റെ ചരിത്രപരമായ പ്രാധാന്യം.

കാണപ്പെടുന്നവൾ (Object) മാത്രമായിരുന്ന സ്ത്രീയോട്, നിനക്കും കണ്ണുകളുണ്ട്, അവയിലൂടെ നീ ഈ പ്രപഞ്ചത്തെയാകെ നോക്കിക്കാണണം എന്ന് ഫെമിനിസം പറയുന്നു. അങ്ങനെ നോക്കുമ്പോഴോ, താൻ പഠിച്ചചരിത്രത്തിലും മനഃശാസ്ത്രത്തിലും നരവംശശാസ്ത്രത്തിലും സാഹിത്യത്തിലും തത്വശാസ്ത്രത്തിലും മതഗ്രന്ഥങ്ങളിലും താൻ കണ്ട ചലച്ചിത്രങ്ങളിലും ഒന്നും താൻ ഇല്ലായിരുന്നു എന്നും തന്റെ അംഗഭംഗം വന്ന, ജീവനില്ലാത്ത ചിത്രങ്ങളും പ്രതിമകളും നിഴലുകളും മാത്രമേ ഉണ്ടായിരുന്നുള്ളു എന്നും ഒരു സ്ത്രീ മനസ്സിലാക്കുന്നു.

പുരുഷൻ കെട്ടിയുയർത്തിയ ഒരു ലോകവ്യവസ്ഥയുടെ കോട്ടയിൽ താൻ ജീവനോടെ അടക്കം ചെയ്യപ്പെട്ടിരിക്കുന്നു എന്ന് ഫ്രഞ്ച് റാഡിക്കൽ ഫെമിനിസ്റ്റായ ഹെലൻ സിസൂ (Helene Cixous) വിനെപ്പോലെ അവളും കണ്ടെത്തുന്നു. Phallocentrism is the enemy എന്ന് അവരെപ്പോലെ തറപ്പിച്ചു പറയാൻ അവളും പഠിക്കുന്നു. തന്റേതായ രീതിയിൽ ഒരു പുനർനിർവചനം എല്ലാ രംഗത്തും ആവശ്യമാണെന്നും തന്റെ സത്യം താൻ തന്നെ വെളിപ്പെടുത്തേണ്ടതുണ്ടെന്നും അവൾ അറിയുന്നു. ഇതാണ് സ്ത്രീപക്ഷവായനയുടെ താത്വികമായ അടിസ്ഥാനം. സാഹിത്യ മൂല്യസങ്കൽപങ്ങൾ, സാഹിത്യചരിത്രം, സാഹിത്യകൃതികളുടെ വ്യാഖ്യാനം എന്നീ മേഖലകളിലെ ആൺകോയ്മയെ ഫെമിനിസ്റ്റ് റിവിഷനിസ്റ്റ് റീഡിംഗ് ചോദ്യം ചെയ്യുന്നു. ''The Resising Reader' എന്നാണ് പ്രശസ്ത ഫെമിനിസ്റ്റ് ക്രിട്ടിക് ഫെറ്റേർലി (Judith Fetterly) തന്റെ ഒരു കൃതിക്കു പേരിട്ടിരിക്കുന്നത് - ചെറുത്തുനിൽപ്പോടെയുള്ള വായന.

പുരുഷന്റെ കണ്ണിൽ വായിക്കുന്ന സ്ത്രീകൾ പൊതുവെ രണ്ടു തരക്കാരാണ്. ഒന്ന് പൈങ്കിളി നോവലുകളിൽ അഭയം കണ്ടെത്തുന്ന പുച്ഛിക്കപ്പെടേണ്ട ഭൂരിപക്ഷം. മറ്റൊന്ന് സ്ത്രൈണഭാവം നഷ്ടപ്പെട്ട് ഒരു പെൺബുദ്ധിജീവിയായി പുരുഷന്റെയും സ്ത്രീയുടെയും ലോകത്തിൽ പ്രവേശനമില്ലാതെ അലയുന്ന ന്യൂനപക്ഷം. എന്തു കൊണ്ട് സ്ത്രീകൾ പലായനസ്വഭാവമുള്ള കൃതികൾ വായിക്കുന്നു, എന്തുകൊണ്ട് ഒരു സ്ത്രീ ബുദ്ധിയുടെ പേരിൽ ഒറ്റപ്പെടുന്നു എന്നീ ചോദ്യങ്ങൾ ആദ്യമുയർത്തിയത് സീമോങ് ദ് ബൂവയേയും, ജേർമെയ്ൻ ഗ്രിയറിനേയും, ജൂലിയറ്റ് മിഷലിനേയും പോലുള്ള ആദ്യകാല ഫെമിനിസ്റ്റുകളാണ്. പുരുഷമൂല്യങ്ങൾ വിലമതിക്കപ്പെടുന്ന, സ്ത്രീക്കു പൂർണ്ണമനുഷ്യത്വം നിഷേധിക്കപ്പെടുന്ന ഒരു സമൂഹത്തിൽ തന്റെ ആത്മീയശൂന്യതകൾക്കുള്ള ഒരേയൊരുത്തരം പുരുഷനോടു ചേരുക എന്നതാണെന്ന് കണ്ടെത്തുന്ന സ്ത്രീ ആ സ്വപ്നത്തിന്റെ അടിമയായിത്തീരുന്നു. റൊമാൻസുകൾ അവളുടെ ജീവിതസമസ്യയുടെ പൂരണങ്ങൾ തന്നെയാവുന്നത് അങ്ങനെയാണ്. അവൾ ബുദ്ധിജീവിയാകുമ്പോഴോ, പുരുഷദർശനങ്ങളും ചിന്താരീതികളും സ്വായത്തമാക്കുന്ന അവൾ തന്റെ സ്വത്വത്തിൽ നിന്നും അകന്നു പോവുന്നു. അതേസമയം സമൂഹം പ്രതീക്ഷിക്കുന്ന ചിന്താദരിദ്രമായ സ്ത്രൈണത അവളുടേതല്ലാതായിത്തീരുകയും ചെയ്യുന്നു. ബുദ്ധിയുള്ള ഒരു സ്ത്രീസമൂഹം തന്നിലടിച്ചേൽപിക്കുന്ന സ്ത്രൈണസങ്കൽപത്തെയും പുരുഷന്മാരായ ബുദ്ധിജീവികളുടെ ചിന്താപദ്ധതികളേയും ഒന്നുപോലെ സംശയിക്കേണ്ടിയിരിക്കുന്നു. കാരണം ഇവ രണ്ടും അവളെ സ്വന്തം സത്യത്തിൽ നിന്ന് അകറ്റുന്ന ശക്തികളാണ്.

ഇതു മനസ്സിലാക്കിയിട്ടാവണം. ഷോവോൾട്ടർ (Elaine Showalter) നെപ്പോലുള്ള ഫെമിനിസ്റ്റ് സാഹിത്യവിമർശകർ പുരുഷാധിഷ്ഠിതമായ പഴയതും പുതിയതുമായ വിമർശനസമ്പ്രദായങ്ങളെ നിരാകരിക്കുകയും ഫെമിനിസ്റ്റ് ചിന്തകളിൽ നിന്ന് ആശയങ്ങളും ശൈലികളും സ്വീകരിക്കുകയും ആണ് ഒരു യഥാർത്ഥ ഫെമിനിസ്റ്റ് സാഹിത്യനിരൂപക

ചെയ്യേണ്ടതെന്ന് വാദിക്കുന്നത്. ആത്മനിഷ്ഠതയേക്കാൾ വസ്തുനിഷ്ഠത വിലമതിക്കപ്പെടുന്ന ഒന്നാണ് നിരൂപണത്തിന്റേയും ഗവേഷണത്തിന്റേയും രംഗം. എന്നാൽ സ്ത്രീയുടെ അനുഭവത്തിലൂന്നുന്ന ഫെമിനിസ്റ്റ് പുനർവായന ആത്മനിഷ്ഠമാവാതെ വയ്യ. അതുകൊണ്ട് അതിനെന്തെങ്കിലും ന്യൂനതയുണ്ട് എന്നു കരുതുന്നത് മൗഢ്യമാണ്. സ്ട്രക്ച്ചറലിസം ആയാലും ഡീകൺസ്ട്രക്ഷൻ ആയാലും അതിന്റെ സാധുത അത് കൃതിയോട് പുതിയ ചോദ്യങ്ങൾ ചോദിക്കുന്നു എന്നതിലാണ്. ആ നിലക്ക് സ്ത്രീപക്ഷ വായനയും ഒരു തികഞ്ഞ നിരൂപണരീതിതന്നെ.

പോസ്റ്റ് മേഡേൺ നിരൂപണ സിദ്ധാന്തങ്ങൾ തേർവാഴ്ച നടത്തുന്ന ഇക്കാലത്ത്, ഡെറീഡയും ലകാനും ബാർതും പോൾദ്മാനും ബക്തിനും പരുഷവും ക്ലിഷ്ടവുമായ ഒരു ഭാഷയിൽ ചർച്ച ചെയ്യേപ്പെടുന്നിടത്ത്, രാജാവ് നഗ്നനാണ് എന്നു പറഞ്ഞ കുട്ടിയുടെ കണ്ണുകൾ നഷ്ടപ്പെടാതിരിക്കാൻ ഒരു ഫെമിനിസ്റ്റ് ക്രിട്ടിക് ശ്രമിക്കേണ്ടിയിരിക്കുന്നു. ഷൊവാൽട്ടർ പറഞ്ഞപോലെ ഒരു 'disintellectualized, less abstract language which won't lead to fleshless academicisim' ആണ് ആവശ്യം.

മലയാളം രുചിച്ചും ശ്വസിച്ചും വളരുന്ന കേരളീയന് ഇംഗ്ലീഷ് ഏതു തരത്തിൽ അവന്റെ ആത്മാവിന്റെ ഭാഷയല്ലാതായിത്തീരുന്നുവോ ആ വിധം ഒരു സ്ത്രീക്ക് പുരുഷന്റെ ചിന്താരീതികളും അവന്റെ ഭാഷയും അന്യമാവാം. ആദ്യകാല സ്ത്രീനോവലിസ്റ്റ് ഒരു ഹിസ്റ്റെറിക്കിന്റെ ഭാഷയാണ് സംസാരിച്ചിരുന്നതെന്ന് ക്രിസ്റ്റേവ (Julia kristeva) സ്ത്രീയുടെ അനുഭവം പുരുഷന്റെ സാഹിത്യഭാഷയിൽ പ്രകടിപ്പിയ്ക്കാൻ ശ്രമിക്കുന്നമ്പോഴുണ്ടാകുന്ന കൃത്രിമത്വമാണ് അവരുദ്ദേശിച്ചത്. പുരുഷൻ ബാധിച്ച സ്ത്രീ. അവൾ ചെയ്യണ്ടത് സ്വന്തം ശരീരവും മനസ്സും ജീവിതാനുഭവവും ആവശ്യപ്പെടുന്ന മറ്റൊരു തരം ചിന്തയും ഭാഷയും കണ്ടെത്തുകയാണ്. Ecriture feminine എന്ന് ഫ്രഞ്ച് ഫെമിനിസ്റ്റുകൾ അതിനു പേരിട്ടിരിക്കുന്നു.

ഇതുവരെ പറഞ്ഞ രീതിയിൽ ഒരു പുനഃപാരായണം നടത്തുമ്പോൾ സാഹിത്യത്തിന്റെ ചരിത്രത്തിൽ എഴുത്തുകാരി എന്ന നിലയിലും കഥാപാത്രം എന്ന നിലയിലും സ്ത്രീ തമസ്ക്കരിക്കപ്പെട്ടതിന്റെ (in-visible ആയിത്തീർന്നതിന്റെ) നിരവധി ഉദാഹരണങ്ങൾ കണ്ടെത്താൻ കഴിയും. മനോഹരമായ കവിതകളെഴുതിയ എലിസബത്ത് ബാരെറ്റ് ബ്രൗണിംഗ് വിസ്മരിക്കപ്പെടുകയും റോബർട്ട് ബ്രൗണിംഗ് മഹാകവിയുടെ നിലയിലേക്ക് ഉയർത്തപ്പെടുകയും ചെയ്തു. മിൽട്ടണും ബൈറണും ഇമേഴ്സണും നിയമമാവുന്നിടത്ത് ആഫ്രാബെന്നും ഏഡ്രിയൻ റിച്ചും മറ്റും പ്രസക്തി നഷ്ടപ്പെട്ടവരാകുന്നു. പാൽക്കുളങ്ങര സരസ്വതിയമ്മക്ക് അവരർഹിക്കുന്ന അംഗീകാരം ഇന്നും ലഭിച്ചിട്ടുണ്ടോ? യുദ്ധത്തെപ്പറ്റിയും രാഷ്ട്രീയത്തെപ്പറ്റിയും എഴുതാത്തതിനാൽ, സ്നേഹത്തെക്കുറിച്ച് ഒരുപാടു നല്ല കഥകളെഴുതിയ Colletteന് ഫ്രഞ്ച് അക്കാഡമി സമ്മാനം നിഷേധിച്ചു. മഹാന്മാരുടെ പിന്നിൽ നിൽക്കാൻ വിധിക്കപ്പെട്ടവരായിരുന്നു, സാഹിത്യത്തിൽ സ്വന്തം നിലയിൽ ഉയരാൻ

വേണ്ട സകല കഴിവുകളും ഉണ്ടായിരുന്ന ഡോറത്തി വേർഡ്സ്വെർതും, സെൽഡാ ഫിറ്റ്സ്ജെറൽഡും. രണ്ടുപേരും സ്വയം അടിച്ചമർത്തി ഭ്രാന്തിൽ ചെന്നെത്തി. ചിലപ്പോൾ പുരുഷന്റെ അഭാവം അതുവരെ അവന്റെ നിഴലിൽ ഒതുങ്ങിയ സ്ത്രീയിലെ സൃഷ്ടിപരതയെ വെളിപ്പെടുത്തുന്നതായി നാം കാണുന്നു. ഡിലൻ റ്റോമസിന്റെ ഭാര്യയായിരുന്നു കെയ്റ്റ്ലിൻ റ്റോമസിലും, നമ്മുടെതന്നെ റോസിതോമസ്സിലും ഇതു സംഭവിച്ചതായി കാണാം.

ഇനി കഥാപാത്രങ്ങളെക്കുറിച്ചു പറയുകയാണെങ്കിൽ, ഷെയ്ക്സ്പിയർ തന്റെ നായകന്മാരെ, സാധാരണ സ്ത്രീകൾ സാഹിത്യത്തിൽ ചിത്രീകരിക്കപ്പെടുന്നതുപോലെ, കാമുകന്മാരായി മാത്രം ചിത്രീകരിച്ചിരുന്നുവെങ്കിൽ നമുക്ക് ഹാംലെറ്റിനെയോ, മെക്ബത്തിനെയോ, കിങ്ങ്ലിയറിനെയോ ഒന്നും ലഭിക്കുമായിരുന്നില്ല എന്ന് വേർജീനിയാവുൾഫ് പറയുകയുണ്ടായി. നമ്മുടെ മഹദ്കൃതികളെല്ലാം നായകപ്രധാനങ്ങളാണ്. നായികമാർ അവരുടെ ഉപഗ്രഹങ്ങൾ മാത്രം. രാമായണമായാലും ഇലിയഡായാലും. സ്ത്രീയുടെ പേരണിഞ്ഞു വിലസുന്ന കൃതികളിൽ പോലും പ്രേമത്തിനപ്പുറം ഒരു മാനം സ്ത്രീത്വത്തിനു ലഭിക്കുന്നില്ല. ശാകുന്തളമായാലും അന്നാകരേനിനയായാലും ഫെമിനിസ്റ്റ് കണ്ണുകളിലൂടെ വായിക്കുമ്പോൾ ഇന്നുവരെ നാം വായിച്ച കഥകളിലും കവിതകളിലും നിരൂപണങ്ങളിലും എല്ലാം മറ്റൊരു കഥ. പറയാതെ വിട്ടതോ പറയാൻ മറന്നതോ മുഴുവൻ പറയാത്തതോ പറഞ്ഞിട്ടും തിരിച്ചറിയാതെ പോയതോ ആയ സ്ത്രീത്വത്തിന്റെ കഥ നമുക്ക് വായിച്ചെടുക്കാൻ പറ്റും. ഒരു Palimpsest പോലെ (പഴയ ലിഖിതങ്ങൾ മാച്ച് പുതിയ ലിഖിതങ്ങൾ ചേർത്ത കയ്യെഴുത്തുപ്രതി) എന്ന് സാൻഡ്രാ ഗിൽബേർട്ടും സൂസൻ ഗ്യുബാറും. (Authors of The Madwoman in the Attic - A Study of 19th Century Women Novelists). സ്ത്രീയുടെ സ്വയം കണ്ടെത്തലിൽ, സ്വത്വരൂപീകരണത്തിൽ ഇത്തരം വായനക്കുള്ള പങ്ക് നിർണ്ണായകമാണ്.

സ്ത്രീ പറയാൻ പാടില്ല. പറഞ്ഞാലും മുഴുവൻ പറയാൻ പാടില്ല, മുഴുവൻ പറഞ്ഞാലോ പിന്നെ അവളെ വെച്ചേക്കാൻ പാടില്ല എന്നൊരു ശാഠ്യം സമൂഹത്തിലും സാഹിത്യത്തിലും ഉണ്ട്. എന്റെ മനസ്സിനും ശരീരത്തിനും പറയാനുള്ളത് മുഴുവൻ പറയാൻ എനിക്കു കഴിയണം, പക്ഷേ എനിക്കതിനധികാരമില്ല എന്ന് വേർജീനിയാവുൾഫ് പറഞ്ഞത് ഈ സാഹചര്യത്തിലാണ്. അവർ സ്വയം ജെയിംസ് ജോയ്സുമായി, അദ്ദേഹത്തിന്റെ ഭാഷാപരമായ സ്വതന്ത്രപരീക്ഷണങ്ങളുമായി താരതമ്യം ചെയ്ത് സംസാരിക്കുകയായിരുന്നു. 'എന്റെ കഥ' മാധവിക്കുട്ടി എഴുതിയപ്പോൾ മലയാള മനഃസാക്ഷി നടുങ്ങി. മുകുന്ദനോ മേതിൽ രാധാകൃഷ്ണനോ അതു ചെയ്തിരുന്നെങ്കിൽ ഇവിടെ ഒരു ഭൂകമ്പവും ഉണ്ടാവില്ലായിരുന്നു. മാധവിക്കുട്ടി 'ചന്ദനമരങ്ങൾ' എഴുതിക്കഴിഞ്ഞു. മലയാളത്തിലെ ഫെമിനിസ്റ്റ് എഴുത്തുകാരികൾ മുഴുവൻ ഇനി 'ലെസ്ബിയൻ' കഥകളെഴുതുമോ എന്ന ഒരു നിരൂപകൻ ഈയിടെ വല്ലാതെ ഉത്കണ്ഠാകുലനായി ചോദിച്ചതു കണ്ടു. 'ചരമവാർഷികം'

പോലുള്ള നോവലുകൾ എത്ര വേണമെങ്കിലുമാവാം. നിരൂപകൻ അതൊരു പ്രശ്നമാക്കുന്നില്ല. സ്ത്രീ എഴുതുമ്പോൾ അയാൾ പരിഭ്രാന്തനാവുന്നു. സ്വാഭാവികം. പുരുഷന്റെ സ്വവർഗ്ഗരതി പുരുഷാധിപത്യ മൂല്യങ്ങളെ തകിടംമറിക്കുന്നില്ല. അവന്റെ പ്രാധാന്യത്തെ കുറയ്ക്കുന്നില്ല. അവന്റെ ഈഗോയെ മുറിപ്പെടുത്തുന്നില്ല, എന്നാൽ സ്ത്രീയുടെ പുരുഷനിഷേധം അവന്റെ അധികാരചിന്തയിലുറച്ച സ്വത്വത്തിന് എതിരേയുയർന്ന ഒരു വാളാകുന്നു. അതുകൊണ്ടാണ് അയാൾ ഇത്രമേൽ അസ്വസ്ഥനാകുന്നത്. 'ലെസ്ബിയനിസ' ത്തിന്റെ സ്വീകാര്യതയോ അസ്വീകാര്യതയോ അല്ല ഇവിടെ ചർച്ചാവിഷയം. അത് തികച്ചും വ്യക്തിപരമായ ഒരു തെരഞ്ഞെടുപ്പാണ്. ഇവിടെ വിഷയമാവുന്നതോ അതേക്കുറിച്ച് എഴുതാനുള്ള ഒരു സ്ത്രീയുടെ സ്വാതന്ത്ര്യവും.

സാഹിത്യത്തിലെ സ്ത്രീയുടെ അസാന്നിധ്യത്തെക്കുറിച്ചു പറയുമ്പോൾ പ്രത്യേകം സൂചിപ്പിക്കേണ്ട ഒരു കാര്യം ഭിന്നിപ്പിച്ചു ഭരിക്കുക എന്ന തന്ത്രം സ്ത്രീയെ സ്ത്രീയിൽ നിന്നകറ്റുവാൻ പുരുഷാധിപത്യത്തിലൂന്നിയ സാമൂഹ്യവ്യവസ്ഥ എത്ര സമർത്ഥമായി ഉപയോഗിക്കുന്നു എന്നതാണ്. ഒരു പുരുഷൻ എന്ന ട്രോഫിക്കുവേണ്ടി രണ്ടു സ്ത്രീകൾ - അമ്മായിയമ്മയും മരുമകളും, വീട്ടമ്മയും വേലക്കാരിയും, അല്ലെങ്കിൽ രണ്ടയൽക്കാരികൾ - എപ്പോഴും മത്സരിച്ചുകൊണ്ടിരിക്കുന്നത് എടുത്തു പറയപ്പെടുന്നു. ഈ സ്ഥിതിവശേഷം പക്ഷേ പുരുഷന്റെ മഹത്വമല്ല കാണിക്കുന്നത്, മത്സരിക്കുന്നവരുടെ അന്തഃസാര ശൂന്യതയാണ് എന്നും അവരെ അങ്ങനെയാക്കിയത് സമൂഹത്തിന്റെ വികലമായ സ്ത്രീസങ്കൽപമാണെന്നും എല്ലാവരും സൗകര്യപൂർവ്വം മറക്കുന്നു. ഇതിന് ഒരു പ്രതിപ്രവർത്തനം എന്ന നിലയിൽ സ്ത്രീയും സ്ത്രീയും തമ്മിലുള്ള ബന്ധം- Female bonding -ഫെമിനിസ്റ്റ് സാഹിത്യത്തിൽ പ്രധാനമാകുന്നു. സ്ത്രീക്ക് അമ്മയോടും സഹോദരിയോടും മകളോടും കൂട്ടുകാരിയോടും ഉള്ള ബന്ധം വിശകലനം ചെയ്യപ്പെടുന്നു. ശകുന്തളക്കും അഷ്ടപദിയിലെ രാധക്കും ലീലക്കും വാസവദത്തക്കും ഒക്കെ തോഴിമാരുണ്ടായിരുന്നു. അവരുടെ പ്രധാന തൊഴിൽ നായികയെ നായകസമക്ഷത്തിലെത്തിക്കുക, അവനോടു ചേർക്കുക എന്നതും. ഇവരിൽ ചിലർ സ്വന്തം സുഹൃത്തിനു വേണ്ടി മരിക്കാൻ പോലും തയ്യാറായിരുന്നു എന്നത് പലപ്പോഴും രണ്ടുവരി ശ്ലോകത്തിൽ പറയപ്പെടുന്ന ഒരു നിസ്സാരകാര്യം മാത്രം.

മതം പുനർവായിക്കപ്പെടുന്നത്, ദൈവം പുനർനിർവചിക്കപ്പെടുന്നത് ഫെമിനിസ്റ്റ് എഴുത്തുകാരികളുടെ കൃതികളിൽ കാണാം. മർദ്ദകന്റെ ദൈവത്തെ മർദ്ദിതൻ നിരാകരിക്കുന്നത് ഇതാദ്യമല്ല. കറുത്ത വർഗ്ഗക്കാർക്ക് വെളുത്ത ക്രിസ്തുവിനെ വേണ്ട. ദളിതന് ബ്രാഹ്മണദൈവം വേണ്ട. കറുത്ത ക്രിസ്തുവിലേക്കും ഇസ്ലാമിലേക്കും ബുദ്ധമതത്തിലേക്കും ഒക്കെ അവർ നീങ്ങുന്നു. അതേപോലെ സ്ത്രീക്ക് എന്തിന് ഒരു പുരുഷദൈവം എന്ന ചോദ്യം ഉയർന്നിരിക്കുന്നു. ആഫ്രോ അമേരിക്കൻ എഴുത്തുകാരിയായ ആലിസ് വാക്കറുടെ പ്രശസ്ത നോവലായ 'കളർ പേർപിളി'ലെ രണ്ടുനായികമാരിൽ ഒരാളായ (ഇതിൽ നായക

നില്ല) ഷുഗ് ഏവറി എന്ന കറുത്ത സുന്ദരി ദൈവം അവനോ അവളോ അല്ല, 'അത്' ആണ് എന്നു വിശ്വസിക്കുന്നു. വെളുത്ത, വൃദ്ധൻ ക്രിസ്ത്യൻ ദൈവത്തോട് അവൾക്ക് സമരസപ്പെടാനാവുന്നില്ല. അവൾക്ക് സൃഷ്ടിതന്നെയാണ് ദൈവം. പൂക്കളും കിളികളും മരങ്ങളും ജലവും, സൃഷ്ടിക്കപ്പെട്ട സർവ്വതും ദൈവമാണ് എന്നവൾ വിശ്വസിക്കുന്നു.

ഇനി ഫെമിനിസ്റ്റ് പുനർവായനയ്ക്ക് മലയാളസാഹിത്യത്തിൽ നിന്നു തന്നെ ഒരു ദൃഷ്ടാന്തമാവാം. കാരൂർക്കഥകൾക്കുള്ള തന്റെ ആമുഖത്തിൽ കാരൂരിന്റെ കഥാപാത്രങ്ങളുടെ വൈവിദ്ധ്യത്തെപ്പറ്റി പറയുന്നിടത്ത് ശ്രീ. ജി.കുമാരപിള്ള ഇങ്ങനെയും പറയുന്നു. 'പ്രേമാതുരയായ ഒരു കാമുകിയുടെ അഭാവം നമുക്ക് അനുഭവപ്പെട്ടേക്കാം. പ്രേമം കാരൂരിന്റെ കഥാലോകത്തിൽ അത്യപൂർവ്വമായ ഒരു സാധനമാണ്. ഇതൊഴിച്ചു നിർത്തിയാൽ ഈ ചിത്രശാല സാമാന്യം പൂർണ്ണമാണ്.... ആണുങ്ങളേക്കാൾ കൂടുതൽ മിഴിവുള്ള പെണ്ണുങ്ങളാണ് ഈലോകത്തിലുള്ളത്. കാരണം എന്താണാവോ!' ഒരു സ്ത്രീപക്ഷ വായനയാവട്ടെ നമ്മോടു പറയുക സ്ത്രീവാദം കേരളത്തിൽ പ്രചരിക്കുന്നതിനും എത്രയോ മുമ്പ് ഒന്നാന്തരം ഫെമിനിസ്റ്റ് കഥകളെഴുതിയ ഒരാളാണ് കാരൂർ എന്നത്രെ.

കാരൂരിന്റെ സ്ത്രീ കഥാപാത്രങ്ങൾ സമൂഹം അടിച്ചേൽപിക്കാൻ ശ്രമിക്കുന്ന കൃത്രിമത്വം നിറഞ്ഞ സ്ത്രൈണസങ്കൽപത്തെ തീർത്തും നൈസർഗ്ഗികമായ ഒരു കരുത്തോടെ നിരാകരിക്കുന്നവരാണ്, 'യക്ഷിയുടെ കഥ'യിലെ ചെല്ലമ്മയും 'മരപ്പാവകളിലെ' നളിനിയും 'വഴിപോക്കനി'ലെ ഭാര്യയും 'കാണ്മാനില്ല' യിലെ യാത്രക്കാരിയും എല്ലാം സ്ത്രൈണതയുടെ (femininity) യല്ല, പൂർണ്ണസ്ത്രീത്വത്തിന്റെ (Femaleness) വക്താക്കളാണ്. രോഗാതുരമായ സമൂഹമനസ്സാണ് നിറവാർന്ന വ്യക്തിത്വമുള്ള ഒരു സ്ത്രീയെ പുരുഷരക്തമൂറ്റുന്ന ഒരു യക്ഷിയായി സങ്കൽപ്പിക്കുന്നതെന്ന് വ്യംഗ്യഭംഗിയിൽ സമർത്ഥിക്കുന്നു, 'യക്ഷിയുടെ കഥ'യിൽ, 'എനിക്കു തോഴിലില്ലെന്നോ? ഈ വീട്ടിലെ ജോലി മുഴുവൻ പിന്നെ ആരാണ് ചെയ്യുന്നത്?' എന്ന് കനേഷുമാരിക്കാരിനോട് തന്റേടത്തോടെ തിരിച്ചു ചോദിക്കുന്നു. കലാകാരിയും വല്ലാത്ത ഭർത്താവിനേക്കാൾ ഇല്ലാത്ത ഭർത്താവുതന്നെ നല്ലതെന്നു കരുതി അയാളെ ഇട്ടേച്ചു പോന്നവളുമായ ആശാരിപ്പറമ്പിലെ നളിനി (മരപ്പാവകൾ) 'വഴിപോക്കനി'ലെ ഭർത്തൃമതിയായ സ്ത്രീ സുമുഖനായ വഴിയാത്രക്കാരനോട് ശൃംഗാരഭാവം പ്രകടിപ്പിക്കുന്നു. എങ്കിലും അയാൾ അതിർത്തിലംഘിക്കുമ്പോൾ അവൾ വാതിൽ ആ മുഖത്ത് കൊട്ടിയടക്കുന്നു. കാരണം അവളുടെ അതിർത്തികൾ അവളാണ് നിശ്ചയിക്കുന്നത്, മറ്റൊരെഴുത്തുകാരനായിരുന്നെങ്കിൽ അവളുടെ അടക്കമില്ലായ്മയെ അധിക്ഷേപിച്ചേനെ. കാരൂർ സ്ത്രീക്കു കൽപിച്ചുകൊടുക്കുന്ന സ്വയംഭരണാവകാശം (autonomy) എത്ര വലുതാണെന്ന് ഈ കഥ വായിക്കുമ്പോൾ നാമത്ഭുതപ്പെടുന്നു. സ്വതന്ത്രയായ സ്ത്രീക്ക് സന്തുഷ്ടദാമ്പത്യം അപ്രാപ്യമാണ് എന്ന പുരുഷാധിപത്യ വ്യവസ്ഥിതിയുടെ അന്ധവിശ്വാസത്തെ (എഴുത്തുകാരികളുടെ ഭർത്താക്കൻമാർ

ക്കെല്ലാം ഡിപ്രെഷൻ ആണ് എന്ന് നമ്മുടെ ഒരു സാഹിത്യനായകൻ കമന്റടിക്കുകയുണ്ടായല്ലോ) കഥ പറയുന്ന ആളിലൂടെ പ്രകാശിപ്പിച്ച് അതിനെ കഥാന്ത്യത്തിൽ പാടേ അട്ടിമറിക്കുന്നു, 'കാണ്മാനില്ല' എന്ന കഥയിൽ കാരൂർ. ശരിയാണ്. കാരൂരിന്റെ കഥകളിൽ പ്രേമമില്ല. നാം സാധാരണ വിവക്ഷിക്കുന്ന തരം പ്രേമം, തന്നിലില്ലാത്തത് താൻ പിടിച്ചെടുക്കുന്ന പുരുഷനിലൂടെ/സ്ത്രീയിലൂടെ നേടാം എന്ന കണക്കു കൂട്ടലിന്റെ കടുംനിറമുള്ള ഒരു കാൽപനികാവരണം മാത്രമാണെന്നിരിക്കെ, ഈ പ്രേമശൂന്യത കാരൂർക്കഥകളുടെ കോട്ടമല്ല. മറിച്ച് നേട്ടവും മഹത്വവും ആണെന്ന് സ്ത്രീപക്ഷവായന കണ്ടെത്തുന്നു."You can become the man you wanted to marry" എന്ന് പ്രശസ്ത ഫെമിനിസ്റ്റ് ഗ്ലോറിയ സെറ്റയ്നം പെൺകുട്ടികളെ ഓർമ്മപ്പെടുത്തിയതും അതുകൊണ്ടാണല്ലോ.

എഴുത്തുകാരികളുടെ ലോകത്തിൽ പൊതുവേ ഡയറിക്കുറിപ്പുകൾക്കും കത്തുകൾക്കും ആത്മകഥകൾക്കും ഇവയെല്ലാം അവലംബിക്കുന്ന ഏറ്റു പറച്ചിലിന്റേതായ (confessional) രചനാരീതിക്കും വലിയ പ്രാധാന്യമുള്ളതായികാണാം. പതിനേഴാം നൂറ്റാണ്ടിലെ യൂറോപ്യൻ നോവലെഴുത്തുകാരികളും ഇരുപതാം നൂറ്റാണ്ടിലെ ആഫ്രോ അമേരിക്കൻ എഴുത്തുകാരികളുമൊക്കെ തനിക്കും ഒരു സ്വത്വം ഉണ്ടെന്ന് കണ്ടുപിടിച്ചുറപ്പിച്ചശേഷം മാത്രം സാഹിത്യരചനയിലേക്കു തിരിഞ്ഞവരാണ്. ഒരെഴുത്തുകാരനെ സംബന്ധിച്ചിടത്തോളും തന്റെ ആത്മകഥ ജീവിതാന്ത്യത്തിലെ ഒരു തിരിഞ്ഞുനോട്ടവും സ്വയം വിലയിരുത്തലും മാത്രമാവുമ്പോൾ, ഒരെഴുത്തുകാരിക്ക് അത് ആത്മനിർമ്മിതിക്കുള്ള ഉപാധിതന്നെയാവുന്നു. അവൾക്ക് അവളും ജീവിച്ചിരിക്കുന്നു, അവൾ ഉണ്ട് എന്ന് ആദ്യം കണ്ടെത്തേണ്ടിയിരിക്കുന്നു. തന്റെ, ഇന്നു പ്രശസ്തമായ അനേകം വോള്യങ്ങളിൽ നിറഞ്ഞു പരന്നുകിടക്കുന്ന ഡയറിക്കുറിപ്പുകളിലൂടെയാണ് താൻ സ്വയം കണ്ടെത്തിയതെന്ന് അനെയ്സ് നിൻ (Anais Nin). പുരുഷന് സ്വയം സ്രഷ്ടാവാവാൻ ഇത്തരമൊരു ആത്മാന്വേഷണത്തിന്റെ ആവശ്യമില്ല. അവനാപദവി സമൂഹം തന്നെ കൽപ്പിച്ചു നൽകിയിരിക്കുന്നു. സൃഷ്ടിയായി മാത്രം കരുതപ്പെടുന്ന സ്ത്രീക്കോ തന്നിലെ സ്രഷ്ടാവിനെ തിരഞ്ഞുകണ്ടെത്തേണ്ടിയിരിക്കുന്നു.

കാഫ്കയുടെ നോവലിലെ ഇരുണ്ട മനുഷ്യാവസ്ഥയെപ്പറ്റി പറയുമ്പോൾ, എങ്കിലും ആ ഇരുട്ടിനെ കലയുടെ സൗന്ദര്യമാക്കി മാറ്റിയതാണ് അദ്ദേഹത്തിന്റെ വിജയം എന്നും ഇതുമാത്രമാണ് ഈ പിടികിട്ടാ പ്രപഞ്ചത്തിൽ മനുഷ്യന് സാദ്ധ്യമായ ഒരേയൊരു വിജയമെന്നും മിലൻകുന്ദേര: "Beauty, the least triumph possible for man who can no loeger hope" എന്ന്. സൗന്ദര്യമാണ് സത്യം എന്നു പറഞ്ഞപ്പോൾ കീറ്റ്സ് ഉദ്ദേശിച്ചതും മറ്റൊന്നാവാൻ വഴിയില്ല. സ്വന്തം ജീവിതത്തിന് സ്വയം അർത്ഥവും സൗന്ദര്യവും നൽകാനുള്ള അവകാശം, ഈ ഭൂമിയിൽ മനുഷ്യന്റെ ആദ്യത്തേയും അവസാനത്തേയുമായ ആ സ്വാതന്ത്ര്യം, നിഷേധിക്കപ്പെട്ടവളാണ് സ്ത്രീ. അവൾക്ക് അവളിൽ ഒളിഞ്ഞുകിടക്കുന്ന സർഗ്ഗാത്മകത കാണിച്ചുകൊടുക്കുക എന്നതാണ് ഫെമിനിസ

ത്തിന്റെ വിശുദ്ധദൗത്യം. ഒരു മതമായി കെട്ടിക്കിടക്കുകയോ ഉറച്ചു പോവുകയോ ചെയ്യാതെ, നിർഭയമായ സ്വയം ചോദ്യം ചെയ്യലുകളി ലൂടെ തെളിമയാർന്ന് മുന്നോട്ടൊഴുകുക എന്നതാകുന്നു. അതു നേടാ നുള്ള ഏകമാർഗ്ഗം. സ്ത്രീയിലെ മനുഷ്യനെ പുനരുജ്ജീവിപ്പിക്കുന്ന സ്ത്രീപക്ഷവായന ഈ അനുസ്യൂതപ്രവാഹം തന്നെയാണ്. മലയാ ളിയുടെ അക്ഷരലോകത്ത് അതിന്റെ തീരപ്രസാദം നാമിനിയും അറി യേണ്ടിയിരിക്കുന്നുവെങ്കിലും..

●

ഏകാന്തതക്കുള്ള അവകാശം

ഒരു സ്ത്രീയുടെ മനസ്സ് കോളനിവൽക്കരിക്കപ്പെട്ടതാണ്: പുരുഷൻ, കുട്ടികൾ, സമൂഹം, സൗന്ദര്യസംവർദ്ധക വസ്തുക്കൾ, സിനിമാ ഗാനങ്ങൾ. പ്രപഞ്ചവുമായി, കലയുമായി ആത്മാവുകൊണ്ടൊരു സംവാദം അവർക്കസാധ്യം. അവൾ ഇതുവരെ സ്ത്രീയായിട്ടില്ല. അവളിപ്പോഴും ഒരുപാട് സ്ത്രീസങ്കൽപങ്ങളുടെ തടവിലാണ്.

പണ്ട് ഡയോജിനീസ് എന്ന ചിന്തകൻ, ലോകം കീഴക്കിയ അലക്സാണ്ടർ ചക്രവർത്തിയോടു പറഞ്ഞു: നിങ്ങൾ എനിക്കുവേണ്ടി കൂടുതലൊന്നും ചെയ്യേണ്ട. ആ ജാലകത്തിലൂടെ വരുന്ന വെളിച്ചം മറയ്ക്കാതെ ഒന്നുമാറി നിൽക്കുക. അത്രയേ വേണ്ടൂ. 'ഈ സ്ത്രീകൾക്കെന്താണ് വേണ്ടത്?' എന്ന് പുച്ഛം കലർന്നസ്വരത്തിൽ അത്ഭുതം കൂറുന്ന ലോകത്തോട് വളരെ സൗമ്യവും ലളിതവുമായ കാഠിന്യത്തോടെ സ്ത്രീകൾക്കു പറയാനുള്ളത് ഇതുമാത്രം: ദയവുചെയ്ത് എന്റെ സൂര്യനെ മറയ്ക്കാതിരിക്കുക.

ഓസ്ക്കർ വൈൽഡിന്റെ ഒരു കഥയുണ്ട് "The Sphinx Without a Secret'.ആത്മാവിന്റെ നീഗൂഢസൗന്ദര്യം ആവഹിക്കുന്ന ഒരു വിധവയാണിതിലെ നായിക - ലേഡി അൽറോയ്. അവളുടെ സ്വഭാവത്തിൽ തനിക്കു പിടികിട്ടാത്ത എന്തോ ഒന്നുണ്ടെന്ന് അവളുടെ ആരാധകൻ കണ്ടെത്തുന്നു. അവൾ രഹസ്യമായി ഒരു ലോഡ്ജ്മുറിയിൽ മറ്റൊരു പുരുഷനെ സന്ധിക്കുന്നുണ്ടെന്നുവരെ അയാൾ സംശയിക്കുന്നു. 'ഒന്നുമില്ല, അങ്ങനെ യാതൊന്നുമില്ല' എന്നുമാത്രം അവളുടെ പരിഭ്രാന്തമായ മറുപടി. അയാൾ പൊട്ടിത്തെറിച്ച് പിരിയുന്നു. ഏറെക്കഴിഞ്ഞില്ല, ഒരസുഖം പിടിപെട്ട് അവൾ മരിച്ചു. മോണലീസയെപ്പോലെ മന്ദഹസിക്കുന്ന, ഒരു ചന്ദ്രരശ്മിയെപ്പോലെയുണ്ടായിരുന്ന ആ സ്ത്രീയുടെ ഓർമ്മ അയാളെ വേട്ടയാടി. അവളുടെ രഹസ്യം കണ്ടുപിടിക്കാൻതന്നെ

അയാൾ തീരുമാനിച്ചു.

എന്നാൽ ലോഡ്ജിന്റെ ഉടമസ്ഥക്ക് ഇത്രയേ പറയാനുണ്ടായിരുന്നുള്ളൂ: 'ഉവ്വ്, ഇവിടെ വരാറുണ്ടായിരുന്നു. ഒറ്റയ്ക്ക്. ജനലിനടുത്തിരുന്ന് വായിക്കും. ഇടയ്ക്ക് ചായ കുടിക്കും'. തന്റെ ജീവിതത്തിൽ, മനഃപൂർവം കൃത്യമമായ ഒരു രഹസ്യാത്മകത സൃഷ്ടിക്കുകയായിരുന്നു ആ സ്ത്രീ എന്ന ഉദ്ധതമായ ഒരു കണ്ടെത്തലോടെ വൈൽഡിന്റെ കഥ അവസാനിയ്ക്കുന്നു. പക്ഷേ ഈ കഥ വായിക്കുന്ന സത്യസന്ധയായ ഓരോ സ്ത്രീയുടെയും മനസ്സിൽ ഇതിനൊരു തുടർച്ചയുണ്ടാവും. സ്ത്രീക്ക് ആത്മാവും അന്തർജീവിതവും നിഷേധിക്കപ്പെടുന്നതെന്തുകൊണ്ട് എന്നൊരു നിലവിളിയായി അതവളിൽ പടരും. ഒളിച്ചുവെക്കേണ്ട ഒരു നഗ്നതയായി അവളുടെ വ്യക്തിപരതയെ സമൂഹം കാണുന്നതെന്തുകൊണ്ട് എന്ന പിടികിട്ടായ്മയായി അതവളെ വലയ്ക്കും.

എഴുതാനിരിയ്ക്കുന്ന നിമിഷങ്ങളിൽ പുറകിൽ അദൃശ്യയായി വന്ന് നിന്ന് 'അയ്യോ, ഒരു യുവതിയായ നീ ഇങ്ങനെയൊക്കെ എഴുതുകയോ, അതും ഒരു പുരുഷനെപ്പറ്റി' എന്നൊക്കെ പറയുന്ന മാതൃകാസ്ത്രീ (angel in the house)യെപ്പറ്റിയം താനവളെ കൊന്നതിനപ്പറ്റിയും ഒരു സങ്കൽപത്തിന്റെ എല്ലാ പുനർജ്ജീവനപരതയോടും കൂടി അവൾ ഉയിർത്തെഴുന്നേൽക്കുന്നതിനെ പറ്റിയും വേർജീനിയാ വൂൾഫ് എഴുതുകയുണ്ടായി.

സ്ത്രീകളുടെ രചനകളിൽ ഒരു 'ഫിലസോഫിക് തലം' ഇല്ലെന്നും അതുകൊണ്ടവ രണ്ടാംതരമാണെന്നുമുള്ള നിരൂപകന്മാരുടെ വാദത്തെപ്പറ്റി സീമോങ്ങ് ദ് ബുവ പറഞ്ഞതിതാണ്: നിങ്ങൾ അവൾക്കാദ്യം മനുഷ്യൻ എന്ന പദവി നല്കുക. മനുഷ്യാവസ്ഥ പൂർണ്ണമായും ഏറ്റെടുക്കാൻ അവളെ അനുവദിക്കുന്ന നിമിഷം അവളിലെ തത്വചിന്തകയും ഉണരും.' ഇപ്പോൾ അവൾ വെറും ഗൃഹോപകരണവും ശയ്യോപകരണവും ഒക്കെയാണല്ലോ എന്നാണവർ ഉദ്ദേശിച്ചത്.

കൃഷ്ണനുമായുള്ള രഹസ്യസമാഗമത്തിനല്ലാതെ രാധ ഒരിക്കലും നിലാവു പരന്ന വൃന്ദാവനത്തിലൂടെ ഒറ്റയ്ക്കു നടന്നുപോയിട്ടില്ല. ലീലയും നളിനിയും ആരും മറ്റൊന്നിനുവേണ്ടിയും വനാന്തരങ്ങളിൽ അലഞ്ഞിട്ടില്ല. പുരുഷനിലൂടെയാണ് താൻ നിർവചിയ്ക്കപ്പെടുന്നത് എന്ന് ഓരോ പെൺകുട്ടിയും നേരത്തേ പഠിക്കുന്നു. ഈ പാഠം തിരുത്തിക്കുറിക്കേണ്ട സമയമായി. നീലാകാശത്തിൻകീഴെ, ഈ പച്ച പുതച്ച ഭൂമിയിൽ നീയും അവനെപ്പോലെ ഒറ്റയ്ക്കുവന്നു ഒറ്റയ്ക്കു പോകേണ്ടവൾ. കൈകോർത്തു പിടിക്കാം. പക്ഷേ ഖലീൽ ജിബ്രാൻ പറഞ്ഞതുപോലെ ജീവിതത്തിന്റെ കൈകുമ്പിളിനു മാത്രമേ ഒരു മനുഷ്യഹൃദയത്തെ പൂർണ്ണമായി ഉൾക്കൊള്ളാനാവൂ. ഇതു മറക്കാതിരിക്കുക. നിന്നിലെ നിന്നെ മറ്റാർക്കും അടിയറ വെക്കാതിരിക്കുക.

●

സൗന്ദര്യത്തിന്റെ സ്ത്രീപക്ഷം

സമൂഹത്തിന്റെ സൗന്ദര്യ സങ്കൽപങ്ങൾ വ്യക്തിയെ സംബന്ധിച്ചിത്തോളം പീഡന യന്ത്രങ്ങളാണ്. ഗ്രീക്ക് പഴങ്കഥയിലെ പ്രോക്രസ്റ്റീസിന്റെ കട്ടിൽ പോലെയോ മധ്യപൂരാതനകാലത്തെ 'ഇരുമ്പുവനിത' എന്നു പേരുള്ള മർദ്ദനോപകരണത്തെപ്പോലെയോ. അത്തരം സങ്കൽപങ്ങളുടെ അളവുകളിലേക്ക് സ്വയം വെട്ടിച്ചുരുക്കുവാനോ വികസിപ്പിക്കുവാനോ ഉള്ള ശ്രമത്തിൽ വ്യക്തി തന്നെത്തന്നെ പീഡിപ്പിക്കുന്നു.

സ്ത്രീയാണ് ഈ പീഡനം കൂടുതലും ഏറ്റുവാങ്ങുന്നത്. കാരണം അവൾ സൗന്ദര്യവസ്തുവാണ് - സമൂഹഭാവനയിലും കവിഭാവനയിലും വിവാഹപ്പരസ്യങ്ങൾ മുതൽ മഹാകാവ്യങ്ങൾ വരെ ഈ കാര്യം നമ്മെ നിരന്തരം ഓർമ്മിപ്പിക്കുന്നു. വനിതാ മാസികകൾ ഈ ഒരാശയത്തിന്റെ അച്ചുതണ്ടിന്മേൽ തിരിഞ്ഞുകൊണ്ടിരിക്കുന്നു. ചലച്ചിത്ര ഗാനരംഗങ്ങളിലും ടി.വി. പരസ്യങ്ങളിലും ഇതേ ആശയം ലഹരിയോടെ പതഞ്ഞു പൊങ്ങുന്നു.

പുരുഷനെ മഹാനാക്കുന്നത് അവന്റെ കർമ്മമാണെന്നു കരുതപ്പെടുമ്പോൾ സ്ത്രീയുടെ മഹിമ അവളെ ശരീരസൗഭഗത്തിലാണ് എന്ന് പുരുഷാധിപത്യ മൂല്യവ്യവസ്ഥ നമ്മെ പഠിപ്പിക്കുന്നു. സമൂഹം അംഗീകരിക്കുന്ന തരം സൗന്ദര്യമില്ലാത്ത പെൺകുട്ടികളേയും യൗവനം പിന്നിട്ട സ്ത്രീകളേയും ഈ വികലമായ മൂല്യം വേട്ടയാടുന്നു. അത് അവരുടെ ആത്മവിശ്വാസത്തേയും സ്നേഹബന്ധങ്ങളേയും കാർന്നു തിന്നുന്നു. അവരുടെ സർഗചോദനകളെ ശ്വാസം മുട്ടിക്കുന്നു. ഫെമിനിസം മാത്രമാണ് ഈയൊരു ക്രൂരവും ആസൂത്രിതവുമായ മസ്തിഷ്ക പ്രക്ഷാളനത്തിനെതിരെ ശബ്ദമുയർത്തിയിട്ടുള്ളത്. ഏറെ തെറ്റിദ്ധരിക്കപ്പെട്ട ബ്രാ കത്തിക്കൽ സമരം പോലും ഈയൊരനീതിക്കെതിരേയുള്ള

പ്രതിഷേധ പ്രകടനമായിരുന്നു എന്നതാണ് സത്യം.

പണവും അധികാരവും സമൂഹത്തിൽ സൗന്ദര്യത്തിന്റെ രാഷ്ട്രീയം സൃഷ്ടിക്കുന്നു. വെളുത്തവൻ ഭരിക്കുന്നിടത്ത് കറുപ്പ് അസുന്ദരമാകുന്നു. ദരിദ്രരാഷ്ട്രത്തിൽ കൊഴുത്ത ദേഹം വിലമതിക്കപ്പെടുന്നു. സമ്പന്നരാഷ്ട്രങ്ങളിലോ ആനോറെക്സിയയും ബ്യൂലീമിയയും ആയിരക്കണക്കിനു സ്ത്രീകളെ അകാലമരണത്തിലേക്കു നയിക്കുന്നു. പൊന്നും പട്ടും മൂടിയ വധുവിന്റെ പരസ്യചിത്രത്തിനും കണക്കില്ലാതെ കൈക്കൂലി വാങ്ങുന്ന ഉദ്യോഗസ്ഥനുമിടയിൽ വിവാഹപ്രായമാവുന്ന പെൺമക്കൾ നിരന്നു നിൽക്കുന്നു. കോടിക്കണക്കിനു രൂപ മുടക്കപ്പെടുന്ന കോസ്മെറ്റിക് വ്യവസായം സമൂഹത്തിന്റെ ശരീര സൗന്ദര്യസങ്കൽപം എന്ന സ്വന്തം അടിത്തറ ശക്തമാക്കാൻ അഹോരാത്രം യത്നിക്കുന്നു.

ഏതോ വിഡ്ഢികൾ നിർവചിച്ചുവച്ച സൗന്ദര്യത്തിന്റെ പേരിൽ സ്വന്തം വിലയേറിയ ആരോഗ്യവും ബുദ്ധിയും സർഗ്ഗശക്തിയും വ്യക്തിത്വവും ഹനിച്ചുകളയുന്ന ഒരു സ്ത്രീ മനുഷ്യരാശിക്കു തന്നെ കളങ്കമാണ്. അതിന്റെ മുറിച്ചുകളയപ്പെട്ട ചിറകാണ്. ഈ സത്യം പുരുഷന്മാരും സ്ത്രീകളും മനസ്സിലാക്കേണ്ട സമയം അതിക്രമിച്ചിരിക്കുന്നു.

സ്ത്രീ സൗന്ദര്യത്തെക്കുറിച്ചുള്ള സങ്കൽപഗീതങ്ങൾ കൊട്ടിപ്പാടപ്പെടുമ്പോഴും സ്ത്രീയുടെ ശരീരം അതിന്റെ യഥാർത്ഥാവസ്ഥയിൽ സമൂഹത്തിൽ മാനിക്കപ്പെടുന്നില്ല എന്നു കാണാം. പുരുഷാധിപത്യത്തിന്റെ കണ്ണിൽ പുരുഷൻ എങ്ങനെയിരുന്നാലും സുന്ദരനാണ്; സ്ത്രീയോ എങ്ങനെയിരുന്നാലും വീണ്ടും വീണ്ടും അണിഞ്ഞൊരുങ്ങേണ്ടവളും. വിവാഹചന്തയിൽ അവനും അവളും പ്രവേശിക്കുന്നതിലെ വ്യത്യാസം തന്നെ ഇതു വെളിപ്പെടുത്തുന്നുണ്ടല്ലോ. അവൻ ദൈവത്തിന്റെ സ്വന്തം ഛായയിൽ സൃഷ്ടിക്കപ്പെട്ടവൻ. അവൾക്ക് തന്നിലെ തന്നോടും ലോകത്തോടും ദൈവത്തോടു പോലും ഉള്ള ബന്ധം അവനിലൂടെ മാത്രം. ലോകത്തിൽ വർഗത്തോടെ തന്നെ സ്വച്ഛന്ദത നിഷേധിക്കപ്പെട്ട ഒരേയൊരു സൃഷ്ടിയാണ് സ്ത്രീ. ബോൺസായ് വൃക്ഷവും കൂട്ടിലാക്കപ്പെട്ട മൃഗവും അവൾക്ക് എളുപ്പം ഉപമയും രൂപകവുമാകുന്നത് അതുകൊണ്ടാണ്.

സ്ത്രീയെ സംബന്ധിച്ച് സമൂഹങ്ങൾക്കുള്ള ഇത്തരം ഇരട്ടത്താപ്പു നയത്തിന് ഒരുദാഹരണം ബലാൽസംഗത്തിന്റെ കാരണങ്ങൾ വിശകലനം ചെയ്യുന്ന ചില ലേഖനങ്ങളിൽ കാണാം. സ്ത്രീ ദീർഘമായി നിശ്വസിച്ചാൽ, പുഞ്ചിരിച്ചാൽ, സ്നേഹഭാവം കാണിച്ചാൽ അതെല്ലാം ബലാൽസംഗത്തിനുള്ള ഒരു ക്ഷണമായി മറ്റേ കക്ഷി കരുതുമത്രേ. അങ്ങനെയെങ്കിൽ ഈ ലോകത്തിൽ എത്ര പുരുഷന്മാർ ഓരോ നിമിഷവും ബലാൽസംഗം ചെയ്യപ്പെടുമായിരുന്നു എന്നു ചിന്തിച്ചു നോക്കുക രസകരമാണ്. സ്ത്രീയുടെ സ്വാഭാവികമായ പെരുമാറ്റത്തിൽപോലും തെറ്റു കാണുന്നവർ പുരുഷന്റെ ക്രിമിനൽ ആയ മാനസികാവസ്ഥയ്ക്ക് നിരുപാധികം മാപ്പു കൊടുക്കുന്ന ഈ ദൃശ്യം. ഏതു പേരുകേട്ട മനഃശാസ്ത്രജ്ഞൻ വരഞ്ഞിട്ടതായാലും ശരി, ദുരുദ്ദേശപരമാണ്. പമ്പരവിഡ്ഢിത്തവുമാണ്.

അടക്കവും ഒതുക്കവുമുള്ള പെൺകുട്ടിയാണ് മലയാളിയുടെ ശാലീന സൗന്ദര്യ സങ്കൽപത്തിലുള്ളത്. അടക്കിയടക്കിയടക്കി, ഒതുങ്ങിയൊതുങ്ങിയൊതുങ്ങി, അവളുടെ മനസ്സും ലോകവും ജീവിതവും എത്ര ചെറുതായിപ്പോവുന്നു എന്നതോർത്ത് ആർക്കും വേവലാതിയില്ല, എന്നിട്ടോ, ബുദ്ധിയുടേയും കർമ്മത്തിന്റേയും കലയുടേയും മണ്ഡലങ്ങളിൽ അവൾ ഉദിച്ചുയരാത്തത് കഴിവു കുറഞ്ഞവൾ ആകയാലാണെന്ന് ഇത്തരക്കാർ തന്നെ ഭാഷ്യം ചമയ്ക്കുകയും ചെയ്യും. തങ്ങളുടെ കൃത്രിമമായ സൗന്ദര്യ സങ്കൽപ്പങ്ങൾക്കനുസരിച്ച് വളയാത്ത ഒരു തനിമ സ്ത്രീയിലുണ്ടെന്ന് കാണുമ്പോൾ മാമൂൽ വിശ്വാസികൾ ചകിതരാവുന്നു. പുരുഷന്മാർ ഒരിക്കലും പേടിച്ചുകൂടാത്തവരാകയാൽ ഈ പേടി വെറുപ്പായി രൂപാന്തരപ്പെടുന്നു. സ്ത്രീ സ്വാതന്ത്ര്യവാദത്തെ അന്ധമായ ഒരു ശത്രുതയോടെ മാത്രമേ ഈ 'സൗന്ദര്യവാദികൾ'ക്കു നോക്കിക്കാണാൻ കഴിയൂ. തനിക്കെതിരേ നിലവിലുള്ള അനീതികളെ ചോദ്യം ചെയ്യാത്ത, വിലക്ഷണമായ പുരഷസങ്കൽപങ്ങൾക്ക് തങ്ങളുടെ സ്ത്രൈണചൈതന്യമത്രയും അടിയറ വച്ച സ്ത്രീകളും ഇതിൽ അവന്റെ പക്ഷം ചേരുന്നു.

തനിക്കുമുമ്പുണ്ടായിരുന്ന കവികൾ സ്ത്രീസൗന്ദര്യം വർണ്ണിക്കാനുപയോഗിച്ചിരുന്ന കൃത്രിമങ്ങളായ ഉപമകളെ കളിയാക്കിക്കൊണ്ട് ഷേക്സ്പിയർ രചിച്ച നൂറ്റി മുപ്പതാം ഗീതകം ഇവിടെ സ്മരണീയമാണ്. 'എന്റെ കാമുകിയുടെ കണ്ണുകൾ സൂര്യനെപ്പോൽ പ്രകാശിക്കുന്നില്ല. അവളുടെ ചുണ്ടുകൾക്ക് പവിഴത്തിന്റെ തുടുപ്പില്ല. അവളുടെ കവിളുകളിൽ പിനനീർപ്പൂക്കൾ വിരിയുന്നില്ല. അവളുടെ ശരീരം സുഗന്ധവാഹിയല്ല. അവളുടെ സ്വരത്തിൽ സംഗീതമില്ല. അവൾ ദേവതയല്ല– അവൾ നടക്കുമ്പോൾ പാദങ്ങൾ ഭൂമിയെ സ്പർശിക്കുന്നുണ്ട്. എങ്കിലും ദൈവമേ, എനിക്കവളെപ്പോൽ മറ്റൊരുവൾ ഈ ലോകത്തിലില്ല' എന്നു പറയുന്ന കവി സ്നേഹത്തിന്റെ മർമ്മത്തിലാണ് ചെന്നു തൊടുന്നത്. ഈ കവിത ഓർക്കുമ്പോൾ നൂറ്റാണ്ടുകൾക്കു മുമ്പു ജീവിച്ചിരുന്ന ഈ മഹാകവിക്കു മുന്നിൽ നമ്മുടെ ഇന്നത്തെ ഗാനരചയിതാക്കൾ എത്ര പ്രാകൃതരായി കാണപ്പെടുന്നു എന്നു നാം അത്ഭുതപ്പെടും.

ദൈവസൃഷ്ടമായ എല്ലാം സുന്ദരമാണ് – സ്നേഹത്തിന്റെ കണ്ണിലൂടെ നോക്കുമ്പോൾ. മനുഷ്യനാണ് വൈരൂപ്യത്തിന്റെ സ്രഷ്ടാവ് – അവന്റെ സ്നേഹശൂന്യമായ മനസ്സ്. അതിൽ നിന്നും ഉരുത്തിരിഞ്ഞു വരുന്ന വരണ്ടസങ്കൽപങ്ങൾ. മുല്ലപ്പൂവും പനിനീർപ്പൂവും ചെമ്പരത്തിപ്പൂവും തമ്മിൽ ഒരു മത്സരവുമില്ല. കടൽ പുഴയെ മാറ്റി നിർത്താറില്ല. ആകാശം ഭൂമിയെ പരിഹസിക്കാറില്ല. കാക്കയ്ക്കും പൂച്ചയ്ക്കുമിടയിൽ സൗന്ദര്യപ്രശ്നങ്ങളില്ല. പ്രകൃതിയിൽ നിന്നും അകന്നുപോയ. കൃത്രിമത്വത്തിന്റെ തടവുപുള്ളിയായ മനുഷ്യനാകട്ടെ വിരൂപങ്ങളായ സൗന്ദര്യ സങ്കൽപങ്ങൾ മെനഞ്ഞെടുക്കുന്നു.

നാമോരോരുത്തരും നമ്മുടേതു മാത്രമായ വിധത്തിൽ സുന്ദരികളും സുന്ദരന്മാരുമാണ്. ഈ വ്യത്യസ്തതയിലും വ്യതിരിക്തതയിലു

മാണ് വ്യക്തിയുടെ പ്രഭാവം. വ്യത്യസ്തത ആഘോഷിക്കപ്പെടുന്നിടത്താണ് ജീവിതം ഉത്സവമാകുന്നത്. എപ്പോഴും താരതമ്യം നടത്തിക്കൊണ്ടിരിക്കുന്ന സമൂഹത്തിലെ വിധികർത്താക്കളെല്ലാവരും, അവർ അച്ഛനമ്മമാരായാലും അദ്ധ്യാപകരായാലും അയൽക്കാരയാലും, മറക്കുന്ന ഒരടിസ്ഥാനതത്വമാണിത്. ഇന്ന് സമൂഹത്തിലും സാഹിത്യത്തിലും സിനിമയിലും മറ്റും നിലനിൽക്കുന്ന സൗന്ദര്യസങ്കൽപം സ്ത്രീയുടെ ശത്രുവാണ്. അതിനോടു പോരാടുവാൻ സ്വന്തം സ്വാതന്ത്ര്യബോധത്തെ ഒരായുധമാക്കുകയാണ് അവൾ ചെയ്യേണ്ടത്.

ഞാനും പ്രകൃതിയുടെ ഒരു ഭാഗമാണ് എന്നവൾ ചിന്തിക്കണം. ഈ മണ്ണിൽ ഈശ്വരൻ നട്ട ഒരു വിത്താണ് ഞാൻ. എന്റെ ആന്തരനിയമമനുസരിച്ച് ഞാൻ വളരും- വായുവും വെള്ളവും വളവും സൂര്യപ്രകാശവും വലിച്ചെടുത്ത്, ഇലനീട്ടി, പൂക്കൾ വിരിഞ്ഞ് ഫലവത്താകും. നിങ്ങളുടെ സൗന്ദര്യസങ്കൽപങ്ങളുടെ കൊടുവാളുകളേന്തി എന്നെ സമീപിക്കാതിരിക്കുക. കാരണം അതിന്റെ പേർ സൗന്ദര്യബോധം എന്നല്ല. അരുംകൊല എന്നാണ്.

അവളവളായി/ അവനവനായിരിക്കലാണ് സൗന്ദര്യം. കൂടുതൽ കൂടുതൽ അവളവളായി /അവനവനായിത്തീരലാണ് സൗന്ദര്യരഹസ്യം. മറ്റുള്ളവരുടെ അപൂർണ്ണങ്ങളായ അളവുകോലുകളിൽ കുരുങ്ങി സ്വയം അംഗഭംഗപ്പെടുത്തലല്ല അത്. സ്വയം നശിക്കലുമല്ല. 'ദ ബ്യൂട്ടി മിത്ത്' എന്ന പ്രശസ്ത കൃതിയുടെ കർത്താവ് നയമി വൂർഫ് (Naomi Wolf) ചൂണ്ടിക്കാട്ടിയപോലെ, മറ്റുള്ളവരുടെ കണ്ണിലെ പ്രകാശം എന്റെ മേൽ വന്നു പതിക്കുന്നതിലല്ല എന്റെ സൗന്ദര്യമിരിക്കുന്നത്; എന്റെ ഉള്ളിലെ പ്രകാശം ഞാൻ എത്രത്തോളം പുറത്തേയ്ക്കു പ്രസരിപ്പിക്കുന്നു എന്നതിലാണ്. സൗന്ദര്യം ഒരുതരം വിളർത്ത ചന്ദ്രികയല്ല എന്നു സാരം. അതു കത്തിജ്വലിക്കുന്ന സൂര്യൻ തന്നെയാണ്.

ചുരുക്കത്തിൽ, സൗന്ദര്യം നാമോരോരുത്തരുടേയും ജന്മാവകാശമാണ്. അതിന്റെ നിഷേധം ജീവിതനിഷേധവും ദൈവനിഷേധവും ആകുന്നു. പുല്ലിലും പുഴുവിലും മനുഷ്യനിലുമായി പ്രപഞ്ചമാകമാനം നിറഞ്ഞുനിൽക്കുന്ന ഈ സൗന്ദര്യത്തെ വെളിപ്പെടുത്തുന്ന ആളാണ് യഥാർത്ഥ കലാകാരൻ. സമൂഹത്തിന്റെ അനാരോഗ്യകരമായ താളം തെറ്റിയ വികലമായ സൗന്ദര്യസങ്കൽപങ്ങൾ തിരുത്താൻ കഴിവുള്ള ഒരേയൊരു ശക്തി അയാളുടെ/ അവളുടെ സ്വതന്ത്രഭാവനയാണ്. സ്ത്രീയെ സംബന്ധിച്ച പഴകി ദുഷിച്ച സങ്കൽപങ്ങൾക്കെതിരെ മുറവിളി കൂട്ടുന്ന ഫെമിനിസം പുതിയതും സ്ത്രീയെ അവളുടെ സമഗ്രതയിൽ സ്നേഹിക്കുന്നതുമായ ഒരു സൗന്ദര്യസങ്കൽപത്തിനു വേണ്ടിയാണ് നിലകൊള്ളുന്നത്. സാറാജോസഫിന്റെ 'തായ്കുല'വും ആലിസ് വോക്കറുടെ 'കളർ പേർപിളും' വായിച്ചിട്ടുള്ളവർക്ക് ഈ പറഞ്ഞതിലെ സത്യം മനസ്സിലാകാതിരിക്കില്ല.

ശരീരസൗന്ദര്യത്തിന്റെ പേരുപറഞ്ഞ് സ്ത്രീസ്വാതന്ത്ര്യവാദികളെപ്പോലും സുന്ദരികളെന്നും അല്ലാത്തവരെന്നും മുദ്രകുത്തുന്ന, ഭിന്നിപ്പിച്ചു ഭരിക്കാൻ ശ്രമിക്കുന്ന ഒരു സമൂഹത്തിലാണ് നാം ജീവിക്കുന്നത്

എന്ന് പ്രശ്സ്ത ഫെമിനിസ്റ്റ് ഗ്ലോറിയാ സ്റ്റൈയ്നം ഒരു ചെറുചിരിയോടെ മുന്നറിയിപ്പു നൽകുന്നു. സമൂഹത്തിൽ സ്ത്രീസൗന്ദര്യത്തെ സംബന്ധിച്ച അന്ധവിശ്വാസം അത്ര ആഴത്തിലാണ് വേരോടിയിരിക്കുന്നത് എന്നു സാരം. സ്വന്തം ഉൾക്കണ്ണു കൊണ്ടു കാര്യങ്ങൾ നിരന്തരം നോക്കിക്കാണാത്ത ഒരു സ്ത്രീ ഇന്നല്ലെങ്കിൽ നാളെ ഈ ആത്മീയ ദാരിദ്ര്യത്തിന്റെ ഇരയോ പിണിയാളോ ആയിത്തീർന്നേക്കാം. അതു കൊണ്ട് ജാഗ്രത!

●

ഉറങ്ങുംസുന്ദരി

വെള്ളക്കുതിരപ്പുറത്തുവരുന്ന ഒരു രാജകുമാരനുമാത്രമേ നൂറ്റാണ്ടുകൾ നീണ്ട നിദ്രയിൽ നിന്ന് അവളെ ഉണർത്താൻ കഴിയൂ. അതുകൊണ്ട് അവൾ നിദ്രാവിലീനയായി (വിഹീനയായല്ല) കാത്തിരിക്കുന്നു.

കാത്തിരിക്കുന്ന മനസ്സ്, ജീവൻ എപ്പോഴും നിദ്രയിലാണ്. അതിന്റേത് നീട്ടിവെയ്ക്കപ്പെട്ട ഒരു ജീവിതമാണ്. വർത്തമാനത്തിൽ അതിന് അസ്തിത്വമില്ല. ഒരു അയഥാർത്ഥജന്മം.

കാത്തിരിക്കാൻ നാം എത്ര സമർത്ഥമായി നമ്മുടെ പെൺകുട്ടികളെ പഠിപ്പിക്കുന്നു! ഉറങ്ങിക്കൊണ്ട് ജീവിക്കാനും!

ഈയിടെ വാങ്ങിയ എസ്. ജാനകിയുടെ മലയാളഗാനങ്ങളുടെ കസ്സെറ്റ് കേൾക്കുകയായിരുന്നു ഞാൻ. ഒരു പുറം നിറയെ പേരുകേട്ട മധുരമായ കാത്തിരിപ്പു പാട്ടുകളാണ്. 'തളിരിട്ട കിനാക്കൾ തൻ.....', വാസന്ത പഞ്ചമിരാവിൽ...', എല്ലാവരും എം.ടിയുടെ 'മഞ്ഞി' ലെ വിമലയെപ്പോലെ - ജീവിതത്തെ, ചില ജീവികളെപ്പോലെ, ഒരു ശീതകാലനിദ്രയിൽ നിർത്തിവെച്ചുകൊണ്ട്-

സ്ത്രീ കൂടെയില്ലാത്തപ്പോൾ പുരുഷന് ഇത്തരത്തിൽ ജീവിതനഷ്ടം സംഭവിക്കാറുണ്ടോ? അയാൾ ഹൈബർനേറ്റ് ചെയ്യാറുണ്ടോ?

ഇല്ല. കാരണം അയാൾ പുരുഷനാണ്. അയാൾ പൂർണ്ണനാണ്. അയാൾക്ക് സ്ത്രീ തന്റെ കിരീടത്തിലെ കോഹിനൂർ മാത്രം. എന്നാൽ സ്ത്രീക്ക് പുരുഷൻ ജീവവായു. അയാളില്ലാത്തപ്പോൾ അവൾ വെറും ജീവച്ഛവം. ഇതാകുന്നു സമൂഹത്തിന്റെ പ്രത്യയശാസ്ത്രവിധി. സ്ത്രീയേ, നീ അപൂർണ്ണയാകുന്നു. ഫ്രോയിഡു പറഞ്ഞ ആ (കു) പ്രശസ്തമായ അസൂയ ജനിക്കുന്നതും ഈ അപൂർണ്ണതയിലാണല്ലോ - ഫ്രോയിഡ് പറഞ്ഞാൽപ്പിന്നെ...

അസത്യത്തിൻപരകോടിയിൽ സത്യത്തിനും അസത്യത്തിന്റെ ഭാവഹാവങ്ങൾ വരും, സ്ത്രീ അമ്പരപ്പോടെ അറിയുന്നു. വിശകലനം ചെയ്തും കണ്ടുപിടിച്ചും രചിച്ചും നിർമ്മിച്ചും പാടിയും പറഞ്ഞും പടം പിടിച്ചും നിങ്ങൾ എന്നെ ഞാനല്ലാത്തതൊക്കെയാക്കി. അങ്ങനെ എനിക്കു ഞാൻ തന്നെ ഒരു മിസ്റ്റിക് കവിതപോലെ അവ്യക്തയായി. 'നേതി, നേതി' എന്നു എല്ലാറ്റിനോടും ഞാൻ മനസാ പറയുന്നു. എന്നാൽപ്പിന്നെ ഞാൻ ശരിക്ക് എന്താണെന്നു പറയാൻ പുതിയൊരു പദാവലിതന്നെ വേണ്ടിവരും.

മീര ഒറ്റയ്ക്കു നിന്നിരുന്നു എന്നു പറയാമോ? അവൾക്കുമുണ്ടായിരുന്നു രാധയോളം തന്നെ സങ്കൽപത്തിലൊരു കൃഷ്ണൻ. കന്യാസ്ത്രിക്കു പോലുമുണ്ട് സ്വർഗ്ഗത്തിൽ ഒരു മണവാളൻ.

ആണിനോടും പെണ്ണിനോടും ഒന്നിനോടും ഒട്ടാതെ ഈ അത്യത്ഭുത, അതിമോഹന പ്രപഞ്ചത്തോട് 'ഇതാ ഞാൻ' എന്നു പറയാൻ ഒരു സ്ത്രീക്ക് എന്നാണ് കഴിയുക? ഒരു പൂർണ്ണചന്ദ്രന്റെ വക്കുപൊട്ടാത്ത, ആരോഗ്യം തികഞ്ഞ, ആകാശത്തിനു നടുവിലെ ആ മന്ദഹസിക്കുന്ന ആത്മീയമായ ഏകാന്തത എന്നാണ് അവൾക്ക് കൈവരിക?

അന്നേ പക്ഷേ, ജീവിതത്തിന്റെ മധു അവൾ നേരിട്ടു നുകരുകയുള്ളൂ. അന്നേ അവൾ സത്യത്തിൽ സ്നേഹിക്കാനും തുടങ്ങുകയുള്ളൂ. അന്നേ 'എന്തുകൊണ്ടും തൃപ്തിയില്ല, എന്താണ് നിനക്കു വേണ്ടത്?' എന്ന് അവളോട് മുരളേണ്ട ആവശ്യം പുരുഷന് വരാതിരിക്കുകയുള്ളൂ. അതുവരെ ആർക്കോ വേണ്ടി നിറച്ചുവെച്ച ഒരു മധുചഷകം മാത്രമാണവൾ. ചുണ്ടോടടുപ്പിക്കാം. തട്ടിമാറ്റാം. തച്ചുടയ്ക്കാം. അവൾ പ്രതികരിക്കില്ല. കാരണം അവൾ ഒരു നിറഞ്ഞ ശൂന്യതമാത്രമാണല്ലോ.

ഒരു പ്രപഞ്ചമത്രയും, ഒരു പക്ഷേ ദൈവവവും, കാത്തിരിക്കുകയാണ്- അവളുടെ കണ്ണുകളിൽ സ്വയമൊന്നു തെളിഞ്ഞുകാണാൻ. അവളോ കണ്ണടച്ച് പണ്ട് ശകുന്തള ചെയ്തപോലെ മോതിരത്തിലെ കല്ലുകളെണ്ണി ഏതോ ഒരാളെ ധ്യാനിച്ചിരിക്കയും. എന്തുമാത്രം വലുതാണ് അയാളുടെ നിഴൽ. അത് അവളുടെ ഉള്ളിലെ സൂര്യനെയാകെ ഗ്രസിച്ചിരിക്കുന്നു.

മഴപെയ്യുന്നുണ്ട് - അവളറിയുന്നില്ല.

പൂ വിടരുന്നുണ്ട് - അവളറിയുന്നില്ല.

ദിനങ്ങൾ പറന്നുപോവുന്നുണ്ട് - അവളറിയുന്നില്ല. എസ്. ജാനകി മധുരമായി പാടുകയാണ് - വെയിലറിയാതെ, മഴയറിയാതെ, വർഷങ്ങൾ പോകുവതറിയാതെ....

സുന്ദരി ഉറങ്ങുകയാണ്. സമൂഹം അവളിൽ ഏറെ പ്രീതനാണ്. യക്ഷിക്കഥകൾ ചുറ്റും നൃത്തം തുടരുകയാണ്. അതിനിടയിൽ, സ്ത്രീക്ക് ഒരു സിദ്ധാർത്ഥകഥയില്ലെന്നത് നമ്മിൽ ചില മൂഢമതികളുടെ ഒരു സ്വകാര്യദുഃഖം മാത്രം.

●

സ്ത്രീയുടെ അന്തർജീവിതം നളിനിയിൽ

പുഴ കടലിലേക്കെന്നവണ്ണം ദിവാകരനിലേക്ക് ഓടിയണഞ്ഞവളാണ് നളിനി. ഒടുവിൽ 'ജലം താണുപോം ചിറയെ മത്സ്യമെന്നപോൽ' അവളുടെ പ്രാണൻ അവളെ വെടിഞ്ഞു. നളിനി ഇല്ലാതെയായി. കടലിൽ ചേരുന്ന പുഴയും ഇല്ലാതാകുമല്ലോ. ആ നിലയ്ക്ക് സ്വയം ആഗ്രഹിച്ച ലയംതന്നെ മൃത്യുവിലൂടെ അവൾക്ക് കരഗതമായി എന്നൊക്കെ നമുക്ക് കാവ്യാത്മകമായി സമാധാനിക്കാം. എങ്കിലും സ്ത്രീപക്ഷവായനയ്ക്ക് ഈ യുവതിയുടെ അകാലമരണം ദുരന്തമായല്ലാതെ കാണാനാവില്ല.

എന്തായിരുന്നു നളിനി കൊതിച്ച ജീവിതം? 'സന്തതം മിഹിരനാത്മശോഭയും സ്വന്തമാം മധു കൊതിച്ച വണ്ടിനും' നൽകി ധന്യജീവിതം നയിക്കുന്ന താമരപ്പൂവിനെ നോക്കി അവൾ അസൂയപ്പെടുന്നു. ഒരു പൂർണ ജീവിതസങ്കൽപം ഇവിടെയുണ്ട്. ജീവിന്റെ ലൗകികവും അലൗകികവും ആയ ചോദനകളോട് ഒന്നുപോലെ നീതി പുലർത്താനാഗ്രഹിക്കുന്ന ഒന്ന്. മനുഷ്യൻ ശരീരമോ മനസ്സോ ആത്മാവോ മാത്രമല്ല. ഇവയെല്ലാറ്റിന്റെയും ആകെത്തുകയാണ്. ഇവ മൂന്നിന്റെയും സാഫല്യം ഒന്നുപോലെ ഏവർക്കും അനുവദിക്കാത്ത ഒരു സമൂഹത്തിന്റെ നീതിബോധം സമഗ്രമോ പക്വമോ അല്ല. നാം ജീവിക്കുന്ന, പരിചയിച്ചിട്ടുള്ള സമൂഹങ്ങളിലൊക്കെ, നമുക്കറിയാം, ഈ നീതി സമ്പന്ന - സവർണ പുരുഷന് പ്രാപ്തവും സ്ത്രീക്ക് കുലഗണഭേദമെന്യേ അപ്രാപ്യവുമാണ്. സാമൂഹികമായ ഈ അനീതിയുടെ ബലിയാടാണ് ആശാന്റെ നളിനി.

നളിനീകാവ്യത്തിൽ, ഷെയ്ക്സ്പിയറുടെ ഹാംലെറ്റ് നാടകത്തിൽ എന്നതു പോലെ, ഇനിയും പൂർണമായി വിശകലനം ചെയ്യപ്പെട്ടിട്ടില്ലാത്ത എന്തോ നിഗൂഢാർത്ഥം ഒളിഞ്ഞുകിടക്കുന്നുണ്ടെന്ന് നമുക്കു തോന്നും.

തലമുറകളായി, വായനക്കാരുടെ മുന്നിൽ, ദിവാകരന്റെ മുന്നിലെന്ന പോലെത്തന്നെ, നളിനി ഒരു ചോദ്യചിഹ്നമാവുന്നു.

എന്തു സംഭവമിതെന്തു ബന്ധമി-
ങ്ങെന്തു ഹേതുവിതിനെന്തൊരർഥമോ?

എന്ന് ആ യുവയോഗിയോടൊപ്പം സഹൃദയരിൽ പലരും അമ്പര ന്നിരിക്കണം. ഈ ചോദ്യത്തിന് ഉത്തരം കണ്ടെത്താനുള്ള ഒരു ശ്രമമാണ് ഈ ലേഖനം.

എന്തുകൊണ്ട് നളിനി?

എന്തുകൊണ്ട് ഇത്തരമൊരു വായനയ്ക്ക് നളിനിതന്നെ തെരഞ്ഞെടുത്തു? സ്ത്രീപക്ഷവായനയ്ക്ക് എളുപ്പം വഴങ്ങുന്ന കൃതിയാണ് ആശാന്റെ 'ചിന്താവിഷ്ടയായ സീത' കയ്പുറ്റ അനുഭവങ്ങൾ സീതയെ സ്ത്രീവാദസമാനമായ ചിന്തകളിലേക്ക് സ്വാഭാവികമായി നയിക്കുന്നതിന്റെ സുന്ദരചിത്രം, സ്വന്തം കാലഘട്ടത്തിനും എത്രയോ മുന്നിലായി പറന്ന പക്ഷിയായിരുന്ന ആശാൻ വരച്ചിടുന്നത് അദ്ഭുതത്തോടുകൂടിയേ നമുക്ക് കാണാനാകൂ.

അരുതോർക്കിൽ, നൃപൻ വധിച്ചു നി-
ഷ്കരുണം ചെന്നൊരു ശൂദ്രയോഗിയെ
നിരുപിക്കിൽ മയക്കി ഭൂപനെ
തരുണിപാദജഗർഹിണീ ശ്രുതി!

സ്ത്രീയുടെയും ശൂദ്രന്റെയും (ഇവിടെ ശംബൂകനെന്ന ശൂദ്രമുനി) സ്വാതന്ത്ര്യാവകാശങ്ങളെ തിരസ്കരിക്കുന്ന ഒരു ധർമശാസ്ത്രത്തിന്റെ അടിമയായിരുന്നു രാമൻ എന്ന് സീത തിരിച്ചറിയുകയാണ്. സ്ത്രീകളോടും ദരിദ്രരോടും ദലിതരോടും പ്രകൃതിയോടും പുരുഷാധിപത്യ വ്യവസ്ഥ കാണിക്കുന്ന അനീതിയെക്കുറിച്ച് ഇന്ന് നമ്മുടെ സ്ത്രീവാദികൾ ബോധവതികളാണ്. എന്നാൽ എത്രയോ മുമ്പ് കുമാരനാശാൻ സീതയിലൂടെ ഈ സത്യം വിളിച്ചു പറയുന്നത് നാം കേൾക്കുന്നു. ആശാന്റെ പ്രശസ്തരായ നായികമാരിൽ, സ്വന്തം ആത്മാവിനു പിൻപേ ഏറ്റവും അന്ധമായി, ഏറ്റവും സമർപ്പിതയായി ആദ്യം മുതലേ യാത്രയാരംഭിച്ചവൾ ലീലയല്ല, വാസവദത്തയല്ല, സീതയല്ല, സാവിത്രിയല്ല, മാതംഗിയല്ല, നളിനി തന്നെയാണ്. തന്നിലെ തന്നോട് സത്യസന്ധത പുലർത്തുന്ന കാര്യത്തിൽ, ഗാഢമായ ഒരാന്തരജീവിതം അനുസ്യൂതം പുലർത്തുന്ന കാര്യത്തിൽ അവൾ മറ്റു നായികമാരെക്കാൾ എത്രയോ മുന്നിലാണ്.

ഏകപക്ഷീയമായ പ്രണയം

പ്രണയത്തിൽപ്പോലും ഒറ്റയ്ക്കായിപ്പോയ പെൺകുട്ടിയാണ് നളിനി. ഏകാന്തമായ സമരമാണ് അവൾ സ്വജീവിതത്തിൽ നടത്തിയത്. താൻ വിശ്വസിക്കുന്ന ഒന്നിനുവേണ്ടി മറ്റെല്ലാം ത്യജിച്ചു- സ്വന്തം പ്രാണൻവരെ. എങ്കിലും അർഥവത്തായിത്തീരുകയുണ്ടായോ ആ വലിയ ത്യാഗം? താൻ ജീവിച്ച ലോകത്തിൽ എന്തെങ്കിലും അവശേഷിപ്പി

ച്ചിട്ടാണോ നളിനി കടന്നുപോയത്? വ്യഥാവിലായിപ്പോയ ഒരു ജീവിതം, വിലയേറിയ ഒരു ജീവിതം, അനുഗൃഹീതയായ ഒരു മനുഷ്യസ്ത്രീയുടെ ജീവിതം- ഇവിടെയാണ് സ്വച്ഛമെന്ന് തോന്നിക്കുന്ന ഈ അനുരാഗ കഥയിൽ ദുരന്തത്തിന്റെ രക്തച്ചുവപ്പ് കലരുന്നതായി നാം കണ്ടെത്തുന്നത്. അവൾ ബന്ധുരപ്രണയത്തിന്റെ രക്തസാക്ഷിപോലുമല്ലല്ലോ. ഏകപക്ഷീയമായിരുന്നല്ലോ അവളുടെ ആ സ്നേഹധാരാളിത്തം.

പ്രണയസങ്കൽപത്തിന്റെ രക്തസാക്ഷി

എങ്കിലും നളിനി, ഒരർഥത്തിൽ രക്തസാക്ഷിതന്നെയാണ് – സ്ത്രീ ക്ക് സമൂഹം വിധിച്ചിട്ടുള്ള ജീവിതക്രമത്തിന്റെയും സ്ത്രീ സമൂഹത്തിൽ നിന്നാർജിക്കുന്ന പ്രണയസങ്കൽപത്തിന്റെയും രക്തസാക്ഷി സ്ത്രീയുടെ മുന്നിൽ ജൻമസാഫല്യത്തിന്റെ ഒരേയൊരു പാതയേ ആൺകോയ്മയുള്ള സമൂഹം തുറന്നിട്ടിട്ടുള്ളൂ. അത് പ്രണയത്തിന്റെയും അതിലൂടെ എത്തിപ്പെടുന്ന മാതൃത്വത്തിന്റെയുമാണ് പുരുഷാധിപത്യ വ്യവസ്ഥയിൽ, പുരുഷനു മുന്നിൽ ഈ വിശാലമായ ലോകമത്രയുമുണ്ട്; സ്ത്രീക്കു മുന്നിലാകട്ടെ ഒരു പുരുഷൻ മാത്രവും.

നളിനിയിൽ നിറഞ്ഞു നിൽക്കുന്ന ആത്മബോധം, സ്വാഭാവികമായും സമൂഹം കീറിയ ഈ ചാലിലൂടെ ഒഴുകുന്നു. സൂക്ഷ്മസംവേദനക്ഷമമായ ഹൃദയമുണ്ടായിട്ടും അതിനെ കവിതയിലേക്കു നയിക്കാനോ, മനോഹരമായ ശബ്ദമുണ്ടായിട്ടും സംഗീതത്തിന്റെ ആകാശത്തിലേക്ക് ചിറകു വിരുത്തിപ്പറക്കാനോ അവൾ ഒരിക്കൽപോലും മുതിരുന്നില്ല. ആരും അവളെ അതിന് പ്രോത്സാഹിപ്പിക്കുന്നുമില്ല. അവൾ കണ്ണാടിപോലൊരു താമരപ്പൊയ്ക മാത്രം. അതിൽ ബിംബിക്കുന്ന ഒരേയൊരു സൂര്യൻ ദിവാകരനും. പുരുഷന് സ്വയം കാണാനുള്ള കണ്ണാടിമാത്രമാണല്ലോ ഗതകാലസാഹിത്യസൃഷ്ടികളിൽ പലപ്പോഴും സ്ത്രീഹൃദയം.

വെറുമൊരു ബാല്യകാല സൗഹൃദത്തിന്റെ ദുർബലമായ അടിത്തറയിൽ സ്വന്തം ആത്മാവിലെ എല്ലാ മുത്തുകളും രത്നങ്ങളും പതിച്ച ഒരു കൂറ്റൻ പ്രണയ സൗധം പടുത്തുയർത്തുന്നതിലെ പമ്പരവിഡ്ഢിത്തം, ബുദ്ധിമതിയായിട്ടും നളിനി കാണാതെ പോകുന്നത് ആയൊരു സാഹചര്യത്തിലാണ്. അവളോടൊപ്പം അതേ ബാല്യം നുകർന്ന ദിവാകരനാകട്ടെ 'നല്ല ഹൈമവതഭൂവി'ന്റെ വിളികേട്ട് ആ വഴി എളുപ്പം പോകാനാവുന്നു. തേൻമാവിൽ പടരുന്ന മുല്ലവള്ളിയുടെ മാതൃകയിലുള്ള പ്രണയസങ്കൽപത്തിന്റെ ഇരയായ നളിനിയിലെ സ്ത്രീക്ക് ഇത്തരം സ്വേച്ഛാദാർഢ്യം ഒരിക്കലും ലഭിക്കുന്നില്ല. പുറംലോകത്തേക്കുള്ള, കുറച്ചുകൂടി നിറവാർന്ന ജീവിതത്തിലേക്കുള്ള അവളുടെ ഓരേയൊരു കിളിവാതിൽ പുരുഷനായ ദിവാകരനാണ്. ആ നിലയ്ക്ക് ഏകാന്ത പ്രേമത്തിന്റെ അഴിക്ക് പിന്നിൽ തപസ്സിരുന്നുവെങ്കിൽ അവളെ അതിന് കുറ്റപ്പെടുത്താനാവില്ല.

അത്രമേൽ ആത്മബോധമുള്ളവളാകയാലാണ്, ഒത്തുതീർപ്പുകൊണ്ട് തൃപ്തിപ്പെടാത്തവളാകയാലാണ്, നളിനിക്കു ദിവാകരനെ മറക്കാനാവാഞ്ഞത്; മറ്റൊരു പുരുഷനുമൊത്തുള്ള ജീവിതം അചിന്ത്യമാവുന്നത്. അതുകൊണ്ടാണ് വീടും നാടും വിട്ട് സ്വയംഹത്യമാത്രം

ലക്ഷ്യമാക്കി അവൾ ഓടിപ്പോയത്.

സാമൂഹികവ്യവസ്ഥയുടെ പങ്ക്

ആകസ്മികമായ രക്ഷപ്പെടലിനെ തുടർന്നുവരുന്ന തപശ്ചര്യയിൽ അവളുടെ മനസ്സുറയ്ക്കുന്നില്ല. തന്നെ ചൂഴുന്ന കാടിന്റെ സൗന്ദര്യത്തിൽ മുഴുകാൻ, ദിവാകരന്റെ അസാന്നിധ്യത്തിൽ, അവൾക്കാവുന്നില്ല.

അന്തരംഗഹിതനാം ഭവാനൊഴി-
ഞ്ഞന്തികത്തിൽ വനശോഭ കാണവേ
സന്തപിച്ചിവൾപരം...

എന്ന് നളിനി ഏറ്റുപറയുന്നുണ്ടല്ലോ. എന്നാൽ ഇതു രണ്ടിനും ദിവാകരന് ഒരു പ്രയാസവുമില്ലെന്നത് ശ്രദ്ധിക്കുക. ദിവാകരൻ ബ്രഹ്മത്തെ ഭജിച്ച അതേ ഏകാഗ്രതയോടെയാണ് നളിനി ദിവകരനെ ഭജിക്കുന്നത്:

എന്റെയേകധനമങ്ങു, ജീവന-
ങ്ങെന്റെ ഭോഗമതുമന്റെ മോക്ഷവും
എന്റെയീശ, ദൃഢമീ പദാംബുജ-
ത്തിന്റെ സീമ ഇതു പോകിലില്ല ഞാൻ

എന്നിങ്ങനെ. ഇത്രയും കരുത്തുള്ള ഒരാത്മാവുണ്ടായിട്ടും ജീവിതം ഇത്ര വികലമായിപ്പോയതെന്തുകൊണ്ട്? ദിവാകരന്റെ ഉദാത്തതപസ്സിൽപ്പോലും,സൂക്ഷിച്ചു നോക്കിയാൽ, ഭവഭയത്തിന്റെ ഒരംശം നമുക്ക് കാണാം. 'ചിതാശവങ്ങളിൽ പൂവുപോൽ, അശുഭനശ്വരങ്ങളിൽ' സ്വയമർപ്പിക്കാൻ മടിച്ചാണ്, സിദ്ധാർഥനെപ്പോലെ, എല്ലാം ഇട്ടെറിഞ്ഞ് അദ്ദേഹം വനവാസത്തിന് പോയത്. നളിനിയാകട്ടെ, കലർപ്പില്ലാത്ത ജീവിതരീതിയുടെ പ്രതീകമാണ്. ഇത്രയും ജാജ്വല്യമാനമായിട്ടും ആ ദീപം തനിക്കുപോലും വഴികാട്ടിയാകാതെ അണഞ്ഞുപോയതിലെ വ്യർഥതയ്ക്ക് ഉത്തരവാദിയാരാണ്? സ്ത്രീയെ അവളിൽനിന്നുതന്നെ അകറ്റി പുരുഷനുള്ള അർച്ചനാപുഷ്പം മാത്രമാക്കുക എന്ന സ്വാർഥതാൽപര്യം വിഷം ചാലിച്ച സാമൂഹികവ്യവസ്ഥയല്ലാതെ?

പുതിയ പാഠം

മഞ്ഞു മൂടിയ വിജനമായ ഹിമാലയശിഖരങ്ങളിലല്ല മനുഷ്യൻ അനശ്വരത തേടേണ്ടത്, നിത്യജീവിതത്തിന്റെ ക്ഷണപ്രഭാചഞ്ചലങ്ങളിൽത്തന്നെയാണെന്ന 'അഭയ'ത്തിന്റെ, 'സ്നേഹ'ത്തിന്റെ വലിയ പാഠം ദിവാകരനെ പഠിപ്പിച്ചത്, ഒരു പക്ഷേ, നളിനിയുടെ മരണമാണ്. അത്രയെങ്കിലുമായി. പ്രകാശനാളത്തെ സ്നേഹിച്ച് സ്വയം കരിഞ്ഞ് ചാമ്പലായിത്തീർന്ന നളിനി-നക്ഷത്രങ്ങളിലേക്ക് കണ്ണു വെക്കേണ്ടിയിരുന്നവൾ; ആകാശത്തിന്റെ അനന്തസാധ്യതകളുടെ പുത്രിയാവേണ്ടിയിരുന്നവൾ. വെറുതെയല്ല, ആത്മഹത്യയ്ക്കൊരുങ്ങുന്ന നിമിഷം, ആത്മാവിഷ്കാരത്തിനു മറ്റു മാർഗങ്ങളൊന്നുമില്ലാതെ തന്നിൽതന്നെ (താമരപ്പൊയ്കയിൽ) മുങ്ങിമരിക്കാനൊരുങ്ങുന്ന നിമിഷം, മുകളിൽ സാക്ഷികളായി നിന്ന നക്ഷത്രങ്ങളോട് അവൾ ഇങ്ങനെ മാപ്പു ചോ

ദിച്ചത്:

‘നിത്യഭാസുരനഭശ്ചരങ്ങളേ
ക്ഷിത്യവസ്ഥ, ബത നിങ്ങളോർത്തിടാ.
അത്യനർഥവശ ഞാൻ, ക്ഷമിപ്പിനീ-
കൃത്യം’-

●

കരുണ: ഒരു സ്ത്രീപക്ഷ വായന

ഉത്തരമഥുരാപുരിയിലെ വാരസുന്ദരിയായ വാസവദത്തയുടെ, വായിക്കുമ്പോൾ നമ്മുടെ ഇന്ദ്രിയങ്ങളെ ശ്വാസം മുട്ടിക്കുന്ന, സൗന്ദര്യം തിങ്ങിവിങ്ങുന്ന പ്രസിദ്ധമായ ആ ചിത്രത്തോടെയാണ് കുമാരനാശാന്റെ 'കരുണ' ആരംഭിക്കുന്നത്. സൂക്ഷിച്ചുനോക്കുമ്പോൾ പക്ഷേ, നാം അറിയുന്നു, അതിൽ അവളുടെ മനസ്സോ ആത്മാവോ ഇല്ല എന്ന്. പുരുഷൻ നോക്കുന്ന നോട്ടത്തിൽ തെളിയുന്ന സ്ത്രീ മാത്രമാണവൾ. ഒരു തികഞ്ഞ സൗന്ദര്യവസ്തു. അല്ലെങ്കിൽ ലൈംഗികവസ്തു. ഉപഭോക്തൃപരതയുടെ, ധനമോഹത്തിന്റെ ആസുരമായ ഒരന്തരീക്ഷം അവളെ ചൂഴ്ന്നുനിൽക്കുന്നു. അതത്രയും സ്വാംശീകരിച്ച ഒരു വണിശ്വരന്റെ പളപളപ്പുള്ള മറ്റൊരു ചിത്രവും കൂടെയുണ്ട്. നോക്കുന്നിടത്തെല്ലാം ഉപരിതലങ്ങൾ മാത്രം. ടി.എസ്. എലിയറ്റിന്റെ 'തരുശുഭൂമി'യിലെ 'ചതുരംഗക്കളി' എന്ന ഭാഗത്തിലെ ആത്മാവു നഷ്ടപ്പെട്ടവളും ആർഭാടത്തിൽ മുഴുകിയവളുമായ സ്ത്രീയെപ്പോലെയാണ് വാസവദത്തയെ ഈ ചിത്രം വരച്ചിടുന്നത്. ഈ കൃത്രിമത്തിളക്കങ്ങൾക്കിടയിൽ ഒരു ചന്ദ്രരശ്മിയുടെ നേർമയോടും ശുദ്ധിയോടും കൂടെ ഒരാളുണ്ട് - ഉപഗുപ്തൻ. വാസവദത്തയിൽ ഒരുപഗുപ്തൻ ഒളിഞ്ഞിരിക്കുന്നതുകൊണ്ടാണ് അവൾക്കയാളെ തന്റേതായി തിരിച്ചറിയാൻ കഴിഞ്ഞത് എന്നു പറഞ്ഞാൽ അത് അത്യുക്തിയാവില്ല. ഉപഗുപ്തനുവേണ്ടിയുള്ള അവളുടെ ദാഹം സ്വന്തം ആത്മാവിനെ അറിയാനുള്ള ദാഹം തന്നെയാണ്. അതിന്, മറ്റൊരു ഭാഷ വശമില്ലാത്തതിനാൽ, അവളിടുന്ന പേരാണ് പ്രണയം. ഒരു ഗണികയുടെ കൊതികൾക്കപ്പുറം നിൽക്കുന്ന ഏകാന്തമൂകമായ ഒരു വികാരമാണത്. അതിനെ വേണ്ട സമയത്ത് തിരച്ചറിയാൻ, കൂടുതൽ സംസ്കരിക്കാൻ ഉപഗുപ്തനു കഴിഞ്ഞില്ല. യഥാർത്ഥത്തിൽ വാസവദത്തയുടെ ശാരീരികസൗന്ദര്യത്തിനപ്പുറം പോകാൻ

സമയമാവാതിരുന്നത് ഉപഗുപ്തനുതന്നെയായിരുന്നില്ലേ എന്നും സംശയിക്കണം. എല്ലാ പൂക്കാലവും കഴിഞ്ഞ്, ചില്ലകൾ അറുത്ത ഒരു മരത്തടിപോലെ അവൾ കിടക്കുമ്പോൾ മാത്രമാണല്ലോ ആൾ ധൈര്യത്തോടെ അടുത്തുചെല്ലുന്നത്. വാസവദത്തയെ നോക്കുമ്പോൾ ഉപഗുപ്തന്റെ കണ്ണുകൾ ഒരു സാധാരണക്കാരന്റേതാണ്. മറ്റൊരു കാഴ്ചയോ, ഉൾക്കാഴ്ചയോ ഈ കാര്യത്തിൽ ആ സന്യാസിക്കു സാധ്യമാവുന്നില്ലെന്നതു നമ്മെ അത്ഭുതപ്പെടുത്തുന്നു. മഗ്ദലമറിയം തന്നെ സ്പർശിക്കുന്നതിൽ നിന്ന് യേശു അവളെ വിലക്കിയില്ല. അവൾ ആ പാദങ്ങൾ കണ്ണീർകൊണ്ട് കഴുകുകയും മുടികൊണ്ടു തുടയ്ക്കുകയും ചെയ്തു. പിന്നെ അവയ്ക്കുമേൽ ചുംബനങ്ങൾ വർഷിച്ചു. സുഗന്ധതൈലം തളിച്ചു. എന്നാൽ വാസവദത്തയെ കാണുന്നതുപോലും ഉപഗുപ്തൻ പാടെ ഒഴിവാക്കുന്നു. ഉപഗുപ്തൻ എന്തിനെയാണു ഭയപ്പെട്ടത്?

'ഇഹലോകത്തിന്റെ പരമാവധി' യായ ഒരു ചുടുകാട്ടിലേക്ക് അസാധാരണമായ ഒരു ധൃതിയോടെ രണ്ടാം ഭാഗത്തിൽ കവിത കടന്നു ചെല്ലുന്നു. 'അരികിൽ കാക്ക തെണ്ടുന്നു ഒരു പദാർഥ' മായി അപ്പോഴേക്കും വാസവദത്ത മാറിക്കഴിഞ്ഞിരുന്നു. കാക്കയുടെ കണ്ണുകളോടെ പുരഷകേസരിമാർ വട്ടമിട്ടു പറന്നിരുന്ന ഒരു 'പദാർഥ'മായിരുന്നില്ലേ അവൾ പണ്ടും?

വാസവദത്ത, കവിതയുടെ ഒന്നാം പകുതിയിലും രണ്ടാം പകുതിയിലും ഒരു ശരീരം മാത്രമാണ് എന്ന വസ്തുത ശ്രദ്ധിക്കാതെ വയ്യ. അന്ന്, ധനികയായ വാരസുന്ദരിയുടെ അലംകൃതമായ ശരീരം. ഇന്ന്, നിർദയമായ നിയമത്താൽ 'കരചരണ ശ്രവണ നാസികകൾ' മുറിച്ചു കളയപ്പെട്ട ഛിന്നഭിന്നമായ വോറൊരു ശരീരം. ഏറെ അന്തർമുഖനായ ഒരു കവിയാണ് ആശാൻ. എന്നിട്ടും ഈ കവിതയിൽ വാസവദത്തയുടെ വികാരങ്ങളോ ചിന്തകളോ അധികമൊന്നും പ്രതിപാദിക്കപ്പെടുന്നില്ല എന്നു നാം തിരിച്ചറിയുന്നു. ഒരുപക്ഷേ, സമൂഹത്തിന്റെ കണ്ണിൽ വേശ്യ ഒരു ശരീരം മാത്രമാണെന്ന അപ്രിയ സത്യം അടക്കത്തിൽ പറയുകയാവാം സത്യം മറച്ചുവെയ്ക്കാനറിയാത്ത ആശാൻ കവിത ഇവിടെ.

വാസവദത്തയുടെ ഒരേയൊരു ഹൃദയസ്പന്ദമേ ചിത്രങ്ങൾ തിങ്ങിനിറഞ്ഞ ഈ കവിതയിലുള്ളൂ. അത് അവൾക്ക് ഉപഗുപ്തനോടു തോന്നുന്ന പ്രണയമാണ്. ധനവും സൗന്ദര്യവുമുള്ള കാമുകരെ അവൾക്കു വേറെയും ലഭിക്കുമായിരുന്നു. ഭിക്ഷയാചിച്ചു നടക്കുന്ന ഒരു ബുദ്ധശിഷ്യനെ പ്രണയിക്കുവാൻ അവൾക്കെങ്ങനെ സാധിച്ചു? തീർച്ചയായും അയാളുടെ ആത്മശോഭയെക്കുറിച്ച് ഒരവബോധം അവളിൽ ഉളവായിട്ടുണ്ടാവണം. അയാളില്ലെങ്കിൽ സ്വന്തം ജീവിതത്തിനർഥമില്ല എന്ന പ്രണയത്തിന്റെ പരമമായ അവസ്ഥയിൽ അതെത്തിച്ചേരുന്നുമുണ്ട്: 'വ്യർഥമായ്ത്തോന്നുന്നു കഷ്ടമവൻ കാണാതെനിക്കുള്ള/ നൃത്തഗീതാദികളിലെ നൈപുണിപോലും' എന്ന ഏറ്റുപറച്ചിൽ ശ്രദ്ധിക്കുക. വാസവദത്ത അവളിൽ നിന്നുതന്നെ പുറത്തു കടക്കുന്നത്, സ്വന്തം ശീരരവും അതിനെ തൃഷ്ണയോടെ നോക്കുന്ന സമൂഹവും തീർക്കുന്ന

കാരാഗൃഹത്തിൽനിന്ന് ആകാശത്തിന്റെ നീലവിസ്തൃതിപോലൊരു മാനസികാവസ്ഥയിൽ എത്തിച്ചേരുന്നത്, പ്രണയത്തിന്റെ ഈ ജാലകത്തിലൂടെയാണ്. ഉപഗുപ്തൻ ഒടുവിൽ അവളുടെ കാതിലുരയ്ക്കുന്ന ഗഹനമായ ആത്മതത്വങ്ങളല്ല, ഈ പ്രണയമാണ് വാസവദത്തയെ വിമലീകരിക്കുന്നത്. അതാകട്ടെ ചുടുകാട്ടിലെ ഭീകരാവസ്ഥയ്ക്കും എത്രയോ മുൻപ് സംഭവിച്ചും കഴിഞ്ഞിരിക്കുന്നു. അവളുടെ ജീവിതത്തിലെ ഒരു വഴിത്തിരിവ് തൊട്ടറിയാൻ ഉപഗുപ്തനും കഴിഞ്ഞിരുന്നെങ്കിൽ ഒരുപക്ഷേ, വാസവദത്ത ജീവിക്കുമായിരുന്നു. ഒന്നുകിൽ സംഗീതത്തെ, നൃത്തത്തെ ഉപാസിച്ചുകൊണ്ട് സമർപ്പിതയായ ഒരു കലാകാരിയായി, അല്ലെങ്കിൽ ചണ്ഡാലഭിക്ഷുകിയെപ്പോലെ ബുദ്ധധർമം സ്വീകരിച്ചുകൊണ്ട്, അതുമല്ലെങ്കിൽ സമൂഹസേവനത്തിനായി ബാക്കിയുള്ള ജീവിതം നീക്കിവച്ചുകൊണ്ട് ഉപഗുപ്തന് ആ ജീവിതനദിയെ അങ്ങനെയും തിരിച്ചുവിടാമായിരുന്നു. പകരം ക്രൂരമായ, രക്തരൂഷിതമായ ഒരന്ത്യത്തിലേക്ക് അവളെ നയിച്ചതിൽ അയാൾക്കുള്ള പങ്ക് കുറച്ചുകാണാനാകുമോ?

ആംഗലകവി ആൻഡ്രൂ മാർവെലിന്റെ (Andrew Marvell) "To his Coy Mistrsse" എന്ന പ്രശസ്തമായ കവിത ഫെമിനിസ്റ്റ് നിരൂപണം വായിച്ചെടുത്ത രീതി ഇവിടെ പ്രസക്തമാണ്. തനിക്കു വഴങ്ങാൻ വിസമ്മതിക്കുന്ന കാമിനിയെ മരണത്തെക്കുറിച്ചോർമപ്പെടുത്തി, തന്റെ വരുതിയിൽ കൊണ്ടുവരാൻ ശ്രമിക്കുന്നു അതിലെ നായകൻ. ശവക്കല്ലറയിലെ ഇരുണ്ട ഏകാന്തതയെയും പുഴുക്കൾ കാർന്നുതിന്നുവാൻ പോകുന്ന അവളുടെ കന്യകാത്വത്തെയും പറ്റിയെല്ലാം ഭീഷണമായ രീതിയിൽ അയാൾ സംസാരിക്കുന്നു. മരണമെന്നത് അവളെ മാത്രം ബാധിക്കുന്ന ഒരു കാര്യം എന്ന മട്ടിലാണ് അയാളുടെ സംസാരം. സ്വന്തം കാര്യം കാണാൻ, ഏതൊരാളിലും സ്വഭാവികമായുണ്ടാകുന്ന മരണഭയത്തെ, സമർഥമായ ഒരായുധമാക്കുകയാണ് ആ കാമുകൻ. വാസവദത്തയുടെ പാടേ വ്രണിതമായ ശരീരത്തോടൊപ്പം ഉപഗുപ്തന്റെ തെളിഞ്ഞുകത്തുന്ന മുഗ്ദ്ധയുവത്വം 'കരുണ'യിൽ ചേർത്തുവെച്ചുകാണുമ്പോൾ എന്തുകൊണ്ടോ മാർവെലിന്റെ ആ കവിത ഓർമവരുന്നു. അന്തിമവിശകലനത്തിൽ, ശരീരത്തിന്റെ പതനം, നശ്വരത എന്നിവ വാസവദത്തയെ മാത്രം കാത്തിരിക്കുന്ന ഒരു ശിക്ഷയല്ലല്ലോ. ഏറ്റവും ആത്മീയോന്നതി ആർജിച്ച വ്യക്തിക്കും മൃത്യുവിൽനിന്നു മോചനമില്ല എന്നിരിക്കെ, ശാരീരികമായതെന്തും നശ്വരമായതെന്തും ആത്മാവിനെതിര്, ശാരീരികത ആത്മാവിന്റെ തകർക്കപ്പെടേണ്ട മുഖ്യശത്രു എന്നൊക്കെയുള്ള ഒരതിവാദത്തിന്റെ ലാഞ്ഛന ഈ വർണനയിൽ ഉണ്ട്. അതു വരുന്നത് ഉപഗുപ്തന്റെ മനസ്സിലെ അപക്വമായ അത്തരമൊരു ധാരണയിൽ നിന്നുതന്നെയാണ്. സുന്ദരിയായ വാസവദത്തയെക്കാൾ, അംഗഭംഗം വന്ന വാസവദത്ത ഉപഗുപ്തനു സ്വീകാര്യയായതെന്തുകൊണ്ട് എന്നു ചിന്തിക്കുമ്പോൾ, അയാളുടെ ആത്മീയതയിലെ ഈയൊരു വിള്ളൽ നമുക്ക് കണ്ടെത്താനാകും.

ഉപഗുപ്തന്റെ ഉള്ളിലെ ഈയൊരു കാലുഷ്യത്തിനെതിരേ വച്ചു

നോക്കുമ്പോൾ വാസവദത്തയുടെ പ്രണയത്തിന്റെ ശുദ്ധി കൂടുതൽ മിഴിവുറ്റതാകുന്നു. പ്രണയംതന്നെയാണ്, ആത്മീയോപദേശമല്ല, അവളുടെ അവസാനനിമിഷങ്ങളെ മധുരീഭവിപ്പിക്കുന്നത്. 'രാഗവൈഭവം', 'അകൃത്രിമപ്രണയം' എന്നീ പദപ്രയോഗങ്ങളിലൂടെ കവിതതന്നെ ഈ അനുമാനത്തെ സാധൂകരിക്കുന്നുണ്ട്. കണ്ണുകൾ മുഴുവൻ വിടർത്തിയുള്ള അവസാനത്തെ ആ നോട്ടവും നിസ്സംഗതയുടേതല്ല, പ്രണയവായ്പിന്റേതാണ്.

ഉപഗുപ്തൻ അവളെ സ്പർശിക്കുന്നു. മൃദുവും കരുണാലോലവുമാണാസപർശം. ശരീരത്തിനപ്പുറം ആത്മാവുകളുടെ ഒരു ലയം ഇവിടെയുണ്ട്. 'സോദരി', 'ഭഗിനി' എന്നീ പദങ്ങൾ ഉപഗുപ്തൻ ഉപയോഗിക്കുന്നുണ്ടെങ്കിലും ഈ നാമകരണങ്ങൾക്കപ്പുറം പോകുന്ന ഒരു തരളത, പ്രണയത്തിന്റെ ഏറ്റവും ആർദ്രവും ആത്മീയവുമായ നിമിഷങ്ങളിൽ മാത്രം മനുഷ്യഹൃദയങ്ങൾക്ക് അനുഭൂതമാവുന്ന ഒന്ന് ആ മാത്രകളിൽ അവർക്കിടയിൽ നിറഞ്ഞുനിൽക്കുന്നുണ്ട്. അതു നുകർന്നാണ്, അതിന്റെ നിർവൃതിയിലാണ് വാസവദത്ത മരിക്കുന്നത്. ആ വികാരം തന്നെയാണ് അവളുടെ മരണശേഷം അയാളുടെ കണ്ണുകളിൽ ബാഷ്പമായി നിറയുന്നത്. 'കരുണ' എന്നാണ് കവി അതിന് ഒരു പാടു വാദഗതികൾ ഉന്നയിച്ച് പേരിടുന്നതെങ്കിലും അത് വെറും ഒരു 'പതിതകാരുണിക'ന്റെ കണ്ണുനീരാണെന്നു വിശ്വസിക്കാൻ പ്രയാസമുണ്ട്.

അക്കമഹാദേവി ചെന്നമല്ലികാർജുനനെയും മീര ഗിരിധരഗോപാലനെയും പ്രണയിച്ചു. സ്ത്രീയുടെ ആത്മീയത്പോലും പലപ്പോഴും പ്രണയം എന്ന രൂപകമാണ് കവിതയിൽ മാത്രമല്ല, ജീവിതത്തിലും സ്വീകരിക്കുന്നത്. വൈരാഗ്യത്തിൽ ഊന്നുന്ന ഒരാത്മീയതയല്ല, രാഗത്തിൽ ഊന്നുന്ന ഒരാത്മീയതയാണ് സ്ത്രീയുടേത് പലപ്പോഴും. ബന്ധങ്ങളിലൂന്നുന്ന സ്ത്രീയുടെ മനസ്സിനെയും വ്യക്തമായി നിർവചിക്കപ്പെട്ട അതിരുകളുള്ള ഒരു ആത്മബോധം വികസിപ്പിച്ചെടുക്കുന്ന പുരുഷന്റെ രീതിയെയും നാൻസി ചോദറോവ് (Nancy Chodorow) എന്ന ഫെമിനിസ്റ്റ് മനഃശാസ്ത്രജ്ഞ പഠനവിധേയമാക്കിയിട്ടുണ്ട്. അന്തർജീവിതത്തിലെ അടിസ്ഥാനപരമായ ഈ വ്യത്യാസമാവാം ഉപഗുപ്തനെക്കൊണ്ട് സാരോപദേശം കൊടുപ്പിക്കുന്നതും വാസവദത്തയെ പ്രണയതരളിതയാക്കുന്നതും. അൽപമകലെ മാറിനിന്ന്, പക്ഷപാതമില്ലാതെ നോക്കുമ്പോൾ, ഔത്സുക്യത്തോടെ അന്യോന്യം ഉറ്റു നോക്കുന്ന രണ്ടാത്മാക്കളെയാണ് വായനക്കാരായ നാം കാണുന്നത്. സ്ത്രീപുരുഷപ്രണയത്തെ ശാരീരികമായ വാഞ്ഛകളിലേക്കു വെട്ടിച്ചുരുക്കാൻ ധൃതിപ്പെടുന്ന നമ്മൾ വേശ്യയ്ക്കു രാഗവും സന്യാസിക്കു വൈരാഗ്യവും എളുപ്പത്തിൽ വീതിച്ചു നൽകുന്നു. രാഗത്തിലെ ആത്മീയതയും വൈരാഗ്യത്തിലെ രാഗവായ്പും നമ്മൾ കാണാതെപോവുന്നു എന്നു സാരം.

പ്രണയം പൂർണതയ്ക്കുവേണ്ടിയുള്ള മനുഷ്യന്റെ ത്വരയുടെ ഒരു പ്രകാശനമാണെങ്കിൽ വാസവദത്ത തനിക്ക് ഒറ്റയ്ക്കു സാക്ഷാത്കരി

ക്കാനാവാത്ത ഒരാത്മീയതയാണ് ഉപഗുപ്തനിൽ ദർശിച്ചത് എന്നു പറയാം. ആസ്തികൃത്തിന്റെ പേരിൽ താൻ വലിച്ചെറിഞ്ഞ ഒരു ജീവിതത്തിന്റെ ഉജ്വലസൗന്ദര്യം ഉപഗുപ്തൻ വാസവദത്തയിലും കണ്ടിരിക്കണം. കവിയും ഋഷിയും ചേരുന്ന, ശരീരത്തെ ധർമസാക്ഷാത്കാരത്തിനുള്ള ഉത്തമമായ ഒരുപാധിയായികാണുന്ന, ജീവിതത്തിൽനിന്നൊളിച്ചോടാത്ത, തികച്ചും ഭാരതീയമായ ഒരാത്മീയതതുണ്ട്. കഠിനമായ ആസ്തികൃമല്ല അതിന്റെ മുഖമുദ്ര. ഹൃദയാലുത്വവും സ്വാർഥതയില്ലാത്ത സൗന്ദര്യാസ്വാദനവുമാണ്. ശരീരം-മനസ്സ്, സ്ത്രീ-പുരുഷൻ, രാഗം-വൈരാഗ്യം എന്നീ വിരുദ്ധദ്വന്ദ്വങ്ങൾക്കപ്പുറത്താണ് അതിന്റെ നിൽപ്. അതായിരുന്നുവെന്നു തോന്നുന്നു, കവിയും ശ്രീനാരായണ ശിഷ്യനുമായിരുന്ന കുമാരനാശാൻ എത്തിച്ചേരാനാഗ്രഹിച്ച ആത്മാവിന്റെ ശാദ്വലഭൂമി. അങ്ങോട്ടുള്ള വഴി അന്വഷിക്കുകയാണ് 'നളിനി' യിലും 'കരുണ'യിലും 'ചണ്ഡാലഭിക്ഷുകി'യിലും ഒക്കെ ആശാൻ ചെയ്തത്. വാസവദത്തയും ഉപഗുപ്തനും ആശാന്റെ മനസ്സിലെ ലയം കൊതിക്കുന്ന ഈ ദ്വന്ദ്വങ്ങൾതന്നെയാണ് എന്നു പറഞ്ഞാൽ തെറ്റുണ്ടാവില്ല.

●

സ്ത്രൈണതയും സ്ത്രീയും പിന്നെ സ്ത്രീവാദവും

ലളിതമായി പറഞ്ഞാൽ പുരുഷന് സ്ത്രീയെക്കുറിച്ചുള്ള സങ്കൽപമാണ് 'സ്ത്രൈണത' അഥവാ 'femininity' അത് സ്ത്രീ എന്ന യാഥാർത്ഥ്യത്തോട് നീതിപുലർത്തുന്നുണ്ടോ എന്ന് തുടർച്ചയായി ചോദിക്കുകയാണ് സ്ത്രീവാദം ചെയ്യുന്നത്. പുരുഷന്റെ സൗന്ദര്യസങ്കൽപത്തിൽ, പ്രണയസങ്കൽപത്തിൽ, മാതൃസങ്കൽപത്തിൽ എല്ലാം തന്നെ സ്ത്രീ എന്ന സത്യത്തിന്റെ നേർരേഖ വല്ലാതെ വളച്ചൊടിക്കപ്പെടുന്നുണ്ട്. നന്മയും തിന്മയുമൊക്കെ പുരുഷനിലെന്നപോലെത്തന്നെ ഏറിയും കുറഞ്ഞുമിരിക്കുന്ന ഒരു സാധാരണ മനുഷ്യജീവി മാത്രമാണ് സ്ത്രീ. അവൾക്ക് വിശപ്പും ദാഹവുമുണ്ട്. വേലചെയ്യാനും വിശ്രമിക്കാനും അവളും ആഗ്രഹിക്കുന്നു. അവൾക്കും സ്നേഹകാമനകളും സർഗകാമനകളും ഉണ്ട്. അവളും ശരീരവും മനസ്സും ബുദ്ധിയും ആത്മാവുമാണ്. കലർപ്പില്ലാത്ത സ്വാർഥതയും തലയില്ലാത്ത സ്വപ്നങ്ങളും കൂട്ടിക്കുഴച്ച് നിങ്ങളീ ചിത്രത്തിൽ വരച്ചുചേർക്കുന്ന കൃത്രിമത്വങ്ങൾ അവളെ എത്രമാത്രം ശ്വാസം മുട്ടിക്കുന്നു എന്ന് നിങ്ങളറിയുന്നില്ല.

സൗന്ദര്യത്തിന്റെ പേരിൽ ഏറ്റവുമധികം പീഡിപ്പിക്കപ്പെടുന്ന ഒന്നാണ് സ്ത്രീ ശരീരം. സ്ത്രീമനസ്സും. നമ്മുടെ സാഹിത്യവും സിനിമയും പരസ്യങ്ങളും എല്ലാം അവയുടേതായ പീഡനമുറകൾക്ക് രൂപം കൊടുക്കുന്നു. ശരീരത്തെക്കുറിച്ചുള്ള സൗന്ദര്യസങ്കൽപങ്ങൾ നാം കരുതുന്നപോലെ നിഷ്കളങ്കമല്ല. അധികാരത്തിന്റെയും സമ്പത്തിന്റെയും നീണ്ടനിഴലുകൾ അവക്ക് കുറുകെ വീണുകിടക്കുന്നു. വെളുത്തവരാൽ ഭരിക്കപ്പെട്ട കറുത്തവന്റെ സ്വപ്നങ്ങളിൽ വെളുത്തതൊലിക്ക് മൂല്യം വർധിക്കുന്നു. കർഷകസമൂഹങ്ങളിൽ കഞ്ഞികുടിക്കാൻ വകയുള്ള വീട്ടിൽനിന്നു വരുന്ന വണ്ണമുള്ള പെൺകുട്ടി അഴകുള്ളവളാകുന്നു.

നാഗരികസൗന്ദര്യസങ്കൽപങ്ങൾക്ക് പിറകിലാവട്ടെ കോസ്മെറ്റിക് വ്യവസായത്തിന്റെ തനത് താൽപര്യങ്ങളാണ് എപ്പോഴും പ്രവർത്തിക്കുന്നത്. ഏതൊരു സ്ത്രീയുടെയും പുരുഷന്റെയും സൗന്ദര്യം കുടികൊള്ളുന്നത് സ്വന്തം തനിമയുടെ ഏറ്റവും സ്വാഭാവികമായ പൂപോലുള്ള വിരിയലിലാണ് എന്ന സത്യം നമ്മളൊക്കെ എന്നേ മറന്നിരിക്കുന്നു.

കാൽപനികപ്രണയസങ്കൽപവും സ്ത്രീയോട് മിക്കവാറും ക്രൂരതയാണ് കാണിച്ചിട്ടുള്ളത്. യൗവനത്തിലേക്കും ശരീരസൗന്ദര്യത്തിലേക്കും വിവാഹപൂർവ്വ കാലത്തിലേക്കും വെട്ടിച്ചുരുക്കി സ്ത്രീയുടെ പ്രണയത്തെ അതൊരു വെറും യക്ഷിക്കഥയാക്കുന്നു. പ്രണയത്തിൽ നിന്ന് കാൽപനികതയെ പാടേ മുറിച്ചുനീക്കാനാവില്ലെന്ന് ഏതു വിഡ്ഢിക്കും അറിയാം. ഒരുപക്ഷേ, പാതിവഴിമാത്രം ചെന്ന് ഒരു ഭീരുവെപ്പോലെ പിന്തിരിഞ്ഞോടുന്ന അർധകാൽപനികതയാവാം നമ്മുടെ ദുരന്തം. അത് ആ പ്രസിദ്ധമായ ടാഗോർ കവിതയിൽ ഇണയുടെ കൂട്ടിനുവെളിയിൽ കാട്ടിലെ കിളിയായിരുന്ന് മനുഷ്യന് ചേരാത്ത ഒരു നിസ്സഹായതയോടെ വൃഥാ വിലപിക്കുന്നു. കീറ്റ്സിന്റെ ബ്രാന്റ് കാൽപനിക പ്രണയമാവട്ടെ യൗവനദാഹങ്ങൾക്കും സൗന്ദര്യാരാധനക്കുമപ്പുറം പോയി ആത്മാക്കളുടെ ഒരു സാന്ദ്രലയമാകാൻ വൈമുഖ്യം കാണിക്കുന്നു. യഥാർത്ഥ കാൽപനികത മനുഷ്യാത്മാവിന്റെ സാധ്യതകൾ മുഴുവനാരാഞ്ഞ് മുന്നേറുന്ന ഒരാത്മപ്രഭാവമായിരിക്കണം. മരണത്തിനുപോലും തടഞ്ഞുനിർത്താൻ കഴിയാത്ത കാൽപനിക സങ്കൽപങ്ങൾക്ക് ഒരു സമൂഹമെന്ന നിലക്ക് നാമിനിയും ജന്മം നൽകേണ്ടിയിരിക്കുന്നു എന്ന് തോന്നുന്നു. അതുവരെ, കമലാദാസ് ഈ പ്രായത്തിലും എഴുതുന്ന പ്രണയഗീതങ്ങൾ വായിച്ച് നാം, നന്നേ ചെറിയ മനുഷ്യർ, നെറ്റിചുളിക്കുകയും ഞെട്ടുകയും ധാർമികരോഷം കൊള്ളുകയും ഒക്കെ ചെയ്യും.

ആരോഗ്യവതികളായ പെൺകുട്ടികൾ കുഴിയിലേക്ക് കാൽനീട്ടിയിരിക്കുന്ന വൃദ്ധന്മാരെ വിവാഹം കഴിച്ചിരുന്ന ഏതോ പ്രാചീന കാലത്തുനിന്നാണോ നമ്മുടെ ദാമ്പത്യസങ്കൽപങ്ങൾ മഴപ്പാറ്റകൾ പോലെ പൊടിഞ്ഞുവന്നത് ആവോ? കാരണം ഭർത്താവിനു വേണ്ടി ഒരു ദാസിയെപ്പോലെ എല്ലാം ചെയ്തുകൊടുക്കേണ്ടത് ഭാര്യയുടെ കടമയാണെന്ന് നാം വിശ്വസിക്കുന്നു. സ്വന്തം ഭക്ഷണമുണ്ടാക്കാനും സ്വന്തം വസ്ത്രമലക്കാനും ശൈശവബാല്യങ്ങൾക്കപ്പുറം മറ്റൊരാളെ ആശ്രയിക്കാതെ ഇരിക്കുന്നതിലാണ് ഏതൊരു പുരുഷന്റെയും സ്ത്രീയുടെയും താൻപോരിമ എന്ന് നാം മനസ്സിലാക്കേണ്ട സമയം വൈകി. അടുത്ത തലമുറയെ പരിപാലിച്ചെടുക്കുന്നതിലും സ്ത്രീയോളം തന്നെ പങ്ക് പുരുഷനും കൈയാളാൻ തയാറാവണം. തൊട്ടിലാട്ടാൻ വളയിട്ട കൈകൾ തന്നെ വേണമെന്നില്ല. പാലുകാച്ചാനും കുറുക്ക് ഉണ്ടാക്കാനും ഡയപ്പർ മാറ്റാനും ഉറക്കമൊഴിയാനും പുരുഷശരീരത്തിലില്ലാത്ത പ്രത്യേക സജ്ജീകരണങ്ങളൊന്നും തന്നെ സ്ത്രീശരീരത്തിലുമില്ല. ശരിയാണ്. അവൾക്ക് കുഞ്ഞിനെ മുലയൂട്ടാനാവും.

ഉദ്യോഗസ്ഥകളായ അമ്മമാർക്ക് അതിനുള്ള പ്രത്യേക സൗകര്യം ചെയ്തു കൊടുക്കേണ്ടത് ഉത്തരവാദിത്തബോധമുള്ള ഏതൊരു ഭരണ കൂടത്തിന്റെയും ചുമതലയാണ്; പ്രസവാവധി ആറുമാസം പോര, ചുരുങ്ങിയത് ഒരു വർഷമെങ്കിലും വേണം.

ലോകത്തിൽ ഏറ്റവുമധികം ചൂഷണം ചെയ്യപ്പെടുന്ന ഒരു വർഗമാണ് അമ്മമാർ. 'അങ്ങാടിയിൽ തോറ്റതിന് അമ്മയോട്' എന്ന് ഒരു ചൊല്ലുതന്നെയുണ്ടല്ലോ. അമ്മ ഒരു വ്യക്തിയാണ്. അവർക്ക് അവരുടേതായ ഒരു ജീവിതത്തിന് അർഹതയുണ്ട് എന്ന സത്യം നമ്മളെല്ലാം സൗകര്യപൂർവ്വം മറക്കുന്നു. അമ്മയെ തെറിപറയുന്ന ഹാംലെറ്റ് രാജകുമാരന്റെ ഭാവുകത്വതീവ്രതയോർത്ത് സഹഭാവത്താൽ അലിയുന്നവരാണ് നാം.'അമ്മ എനിക്ക് ദൈവത്തെപ്പോലെയാണ്' എന്ന് പലരും പറഞ്ഞുകേൾക്കാം. ശരിയാണ്. സ്വയം ഒന്നും ആവശ്യമില്ലാത്ത, നമ്മുടെ എല്ലാ ആവശ്യങ്ങളും നിറവേറ്റിത്തരേണ്ടുന്ന ഒരു അഭൗമശക്തിയാണ് നമുക്ക് ദൈവം. എന്നാൽ അമ്മ കേവലം ഒരു മനുഷ്യസ്ത്രീയാണ് മനുഷ്യസഹജമായ എല്ലാ ആവശ്യങ്ങളുമുള്ള ഒരാളായി അവരെ കാണുക എന്നതിലാണ് മക്കളുടെ മഹത്വമിരിക്കുന്നത്.

സ്ത്രീവാദം പടിഞ്ഞാറിന്റെയോ പുതിയ കാലത്തിന്റെയോ മാത്രമൊന്നുമല്ല. ഇന്നത്തെയായാലും ഇന്നലത്തെയായാലും ആരോഗ്യവതിയും ആഹ്ലാദവതിയുമായ ഓരോ സ്ത്രീയുടെയും പിന്നിൽ അല്ലെങ്കിൽ ഉള്ളിൽ ഒരു തിരിച്ചറിയപ്പെടാത്ത ഫെമിനിസ്റ്റ് ഉണ്ട്. അത് ചിലപ്പോൾ അവളുടെ അമ്മയായിരിക്കാം. അല്ലെങ്കിൽ ഉൾവെളിച്ചമുള്ള ഒരച്ഛൻ. അല്ലെങ്കിൽ ഒറ്റക്കുനിൽക്കാൻ ഭയമില്ലാത്ത അവളുടെ സ്വന്തം മനസ്സുതന്നെ. കറിയിലെ കഷണങ്ങളത്രയും ആൺകുട്ടികൾക്ക് മാറ്റിവെക്കുമായിരുന്ന പഴയ വെപ്പുകാരിയോട് 'ഈ വീട്ടിൽ ആൺപെൺ വ്യത്യാസമില്ല' എന്ന് കർശനമായി പറയേണ്ടിവന്നതിനെപ്പറ്റി അമ്മ പറഞ്ഞത് ഞാനോർത്തുപോവുന്നു.

താനുമായും പ്രപഞ്ചവുമായും പുരുഷനിലൂടെയല്ലാതെ നേരിട്ട് ബന്ധപ്പെടാൻ ആഗ്രഹിക്കുന്നവളാണ് സ്ത്രീവാദി. അതിന് ആൺകോയ്മക്കുകീഴിൽ പഠിച്ച പല പാഠങ്ങളും അവൾക്ക് മറക്കേണ്ടതുണ്ട്. കാരണം അവിടെ എല്ലാ വഴികളും ചെന്നുമുട്ടുന്നത് അവന്റെ തിരുമുറ്റത്താണ്. സ്വന്തമായി ബോധ്യങ്ങൾ സൂക്ഷിക്കുന്നവളെ, അതിനനുസരിച്ച് ജീവിക്കുന്നവളെ ഒരു ദുർമന്ത്രവാദിനിയായിക്കണ്ട് വേട്ടയാടിയാണ് സമൂഹത്തിന് ശീലം. സ്ത്രീവാദിക്ക് സ്ത്രീ അവളിൽത്തന്നെ ഒരു പൂർണലോകമാണ്. തന്നിലെ പൂർണതകൊണ്ട് അവളിലെ പൂർണതയെ ചേർത്തുപിടിക്കുന്നവനെ മാത്രം അവൾ തന്റെ സഹയാത്രകനായി കരുതുന്നു.

ഒരു തരത്തിൽ, പൂക്കളും കിളികളും മൃഗങ്ങളും ഇന്നും സ്വച്ഛന്ദം വിഹരിക്കുന്ന പ്രകൃതിയുടെ ഏദൻതോട്ടത്തിൽ നിന്ന് എന്നേക്കുമായി ബഹിഷ്കൃതരായവർ തന്നെയാണ് നാം മനുഷ്യർ. ചിന്തിക്കുന്നവർ. വ്യാഖ്യാനിക്കുന്നവർ. നമുക്ക് പ്രശ്നപരിഹാരങ്ങൾ ആകാശത്തുനിന്നും മന്നയായി പൊഴിയുന്നില്ല. ഭൂമിയിൽ നിന്ന് താനേ മുളച്ചു

പൊന്തുന്നുമില്ല. മുള്ളുകൊണ്ട് മുള്ളെടുക്കുന്നപോലെ, നമ്മുടെ കൈകൾകൊണ്ടും തലകൾകൊണ്ടും നാം തീർക്കുന്ന നരകങ്ങൾ ഇവകൊണ്ടുതന്നെ മാറ്റിപ്പണിയാനും ആവാസയോഗ്യമാക്കാനും നാം ശ്രമിച്ചേപറ്റൂ. ഇത് പുരുഷനും സ്ത്രീക്കും അവശ്യം ഉണ്ടായിരിക്കേണ്ട ഒരു തിരിച്ചറിവാണ്. ഉത്തവാദിത്വബോധമാണ്. ഇതിലൂന്നിനിന്നുകൊണ്ട് നോക്കുമ്പോഴേ അവകാശസമരങ്ങൾക്കും മാറ്റത്തിനുവേണ്ടിയുള്ള മുറവിളികൾക്കുമിടയിലെ ജീവിതത്തിന്റെ നിലയ്ക്കാത്ത ഊർജ്ജപ്രവാഹം, സ്നേഹപ്രവാഹം നമുക്ക് വെളിപ്പെടുകയുള്ളൂ. ഇതിനൊക്കെ അതീതർ എന്ന നിലയിൽ മാറിനിന്ന് പരിഹസിക്കുന്നതിലെ മനുഷ്യത്വപരമായ പാപ്പരത്തവും അപ്പോഴേ ബോധ്യപ്പെടൂ.

അമേരിക്കൻ ചിന്തകനായ എമേഴ്സൺ ഒരു സോഷ്യൽ ആക്റ്റിവിസ്റ്റായിരുന്നില്ല. ചിന്തയുടെ ലോകത്തെ ഒരേകാന്തപഥികനായിരുന്നു. എങ്കിലും അമേരിക്കയിലെ അടിമവേല അവസാനിച്ചുകാണാൻ അദ്ദേഹം ആത്മാർത്ഥമായി ആഗ്രഹിച്ചിരുന്നു. അടിമയെ സ്നേഹിക്കുന്നതുകൊണ്ടല്ല, എമേഴ്സൺ വിശദീകരിച്ചിട്ടുണ്ട്, 'എന്നെത്തന്നെ സ്നേഹിക്കുന്നതുകൊണ്ട്. എന്റെ അത്മാവിന്റെ സൗന്ദര്യത്തിൽ ഈ അടിമത്തം ഒരു കറയായ് അവശേഷിക്കുന്നതുകൊണ്ട്.' നീ നിന്റെ ഇണയെ സ്നേഹിക്കുന്നുവെങ്കിൽ അത് അവൾക്കുവേണ്ടിയല്ല നിനക്കുവേണ്ടി തന്നെയാകട്ടെ എന്നർഥം വരുന്ന ഉപനിഷദ്‌വചനവും ഇവിടെ ഓർക്കുന്നു.

വേണം, സ്ത്രീയോടൊപ്പം പുരുഷനും സ്ത്രീവാദത്തിന്റെ സാധ്യതകളിൽ വിശ്വസിക്കണം. അവൾക്കുവേണ്ടിയല്ല. അയാളുടെ തന്നെ ആത്മാവിന്റെ ചതുരശ്രശോഭക്കുവേണ്ടി.

●

അവൾ എഴുതുന്നു: അവളുടെ അവകാശങ്ങൾ*

വന്യമാണ് ഓരോ ബാല്യവും. പ്രപഞ്ചം തറവാടാണ് ഓരോ കുട്ടിക്കും. കുട്ടി അനന്തതയിൽ ജീവിക്കുന്നു. പിന്നെപ്പിന്നെ ലോകം അതിരുകൾ തീർക്കുകയായി– വിശേഷിച്ചും പെൺകുട്ടിയാണെങ്കിൽ ആകാശവും ഭൂമിയും താനും ചെറുതാവുകയായി. ചിറകുകളും ചുണ്ടുകളും പൂട്ടുകയായി.

ഈ മെരുക്കലിനു വഴങ്ങാത്ത എന്തോ ഒന്ന് സർഗാത്മകതയിലുണ്ട്. ആകാശത്തേയും അനന്തതയേയും വിട്ടുപിരിയാനൊരു മടി. ലോകമേ, എനിക്കും നിനക്കും തമ്മിലെന്ത് എന്നൊരു ധാർഷ്ട്യം.

ലോകം പക്ഷേ, എളുപ്പം സമ്മതിച്ചു തരികയില്ല. അതിന്റെ അലക്കുയന്ത്രത്തിലിട്ട് കറക്കിക്കറക്കി (ശക്തമാണ് സംവിധായകർ കണ്ടെടുത്ത ഈ വിഷ്വൽ ഇമേജ്) നമ്മിലെ 'കാടത്ത'ങ്ങളെ വെളുപ്പിച്ചെടുക്കാൻ അത് ശ്രമിച്ചുകൊണ്ടേയിരിക്കും. ജീവിതത്തിൽ രക്തച്ഛവി കലരും വരെ.

ഒന്നു ലൈബ്രറിയിൽ പോകണമെങ്കൽ, ഒരു സിനിമ കാണണമെങ്കിൽ, സമാനഹൃദയരായ പുരുഷന്മാരുമായി സൗഹൃദം പങ്കിടണമെങ്കിൽ - ഒരു യുദ്ധം തന്നെ നടത്തണം. മിക്കപ്പോഴും തോൽക്കുന്ന യുദ്ധം.

സ്വന്തം ഹൃദയവും ബുദ്ധിയും ആത്മാവുമായി ചങ്ങാത്തമുള്ള സ്ത്രീക്ക് പരമ്പരാഗതരീതിയിലുള്ള വിവാഹം ജരാസന്ധനെപ്പോലെ രണ്ടായി പിളർന്നുപോകലാണ്. ശരീരമുള്ളിടത്ത് ആത്മാവുണ്ടാവില്ല. ആത്മാവു ചെല്ലുന്നിടത്തു പോകാൻ ശരീരത്തിന് അനുവാദവുമില്ല. ഒരിക്കലും മുറിപ്പെടാൻ പാടില്ലാത്തിടത്ത്, പാട്ടിന്റെ ഉറവിടത്തിൽത്തന്നെ ('ലിബിഡോ' എന്നു വിളിക്കും സൈക്കോഅനാലിസിസ്) മുറിപ്പെട്ടു പോവുന്നു അവൾ. എഴുതാനിരിക്കുമ്പോഴും അവളുടെ ഉള്ളിൽ ഒരു

'സെൻസർ' പ്രവർത്തിക്കുന്നുണ്ട്. സമൂഹസങ്കൽപത്തിലെ സ്ത്രൈണതക്കപ്പുറം സ്വന്തം കവിതയെ കൊണ്ടുപോയാൽ കല്ലേറ് ഉറപ്പാണ്. തന്നിലെത്തന്നെ രാത്രിയെ, നിലാവിനെ, നക്ഷത്രങ്ങളെ സമ്മതിച്ചുതരാൻ പകൽമാന്യന്മാർക്കു മാത്രമല്ല, എല്ലാവർക്കും പൊതുവേ മടിയാണ്. പേടിയാണ്. നിങ്ങളിൽ പാപം ചെയ്യാത്തവർ, നിങ്ങളിൽ സ്വപ്നം ഭുജിക്കാത്തവർ ഇവളെ കല്ലെറിയട്ടെ എന്നു പറയാൻ ഒരു യേശു അവരിൽ ജീവിനോടെയില്ല. അതുകൊണ്ട് സത്യം പറയുന്നവൾ യക്ഷിയും രാക്ഷസിയും ദുർമന്ത്രവാദിനിയും ആയിത്തീരന്നു. അവൾ എല്ലാവരേയുംകാൾ ദൈവത്തോടു ചേർന്നുനിൽക്കുന്നു എന്ന സത്യം തമസ്ക്കരിക്കപ്പെടുന്നു. കരയിൽ ജീവിക്കാൻ പാടുപെടുന്ന പഴംകഥയിലെ കടൽ കന്യകയുടേതുപോലെ എഴുത്തുകാരിയുടെ ജീവിതം. പാട്ടു മറന്നും, വാല് കാലുകളാക്കിയും ജീവിക്കുമ്പോൾ മാത്രമേ ലോകത്തിനവളെ മനസ്സിലാവൂ. എങ്കിലും എപ്പോഴും അകലെയൊരു കടൽ അവളെ വിളിക്കുന്നുണ്ട്. താനൊരു ജലജീവിയാണെന്ന ബോധ്യം അവൾ രഹസ്യമായി നിലനിർത്തുന്നുണ്ട്.

ശരീരത്തെ ശക്തമായി കവിതയിലേക്കു കൊണ്ടുവരുന്നുണ്ട് ഈ പെണ്ണെഴുത്തുകാരികൾ. പ്രസവത്തിന്റെ നോവും ചോരയുമില്ലാത്ത മാതൃത്വത്തിന്റെ കവിതയും, ലൈംഗികത തീണ്ടാത്ത പ്രണയകവിതയും രുചിച്ചുവളർന്ന മലയാളി നാവിനെ പൊള്ളിക്കും അവരുടെ വൃത്തവും പ്രാസവുമില്ലാത്ത, ജീവിതസത്യത്തിന്റെ അഗ്നിനടനം മാത്രമുള്ള, ചില വരികൾ. അവരുടെ ഭാഷണത്തിലെ നിഷ്ക്കളങ്കനഗ്നത, നമ്മുടെ കവിതയിലെ മൂടുപടമണിഞ്ഞ നാഗരികതയുടെ കൃത്രിമത്വം വെളിപ്പെടുത്തുന്നു. അവരോടൊപ്പമെത്താൻ നാമിനിയും എത്ര കാലം നടക്കണം! അഞ്ജലി മോൺടെയ്റോക്കും കെ.എസ്. ജയശങ്കറിനും നന്ദി. സമൂഹം വധശിക്ഷവരെ വിധിച്ച ഈ എഴുത്തുകാരികളിലെ തീവ്രമായ മനുഷ്യത്വവും നന്മയും മഹത്വവും ഇത്ര കാവ്യാത്മകമായി അഭ്രവൽക്കരിച്ചതിന്. അതിനായി അർപ്പണബോധത്തിന്റെ എല്ലാ വേദനയോടും ആനന്ദത്തോടും പരിശ്രമിച്ചതിന്.

*''ഷീറൈറ്റ്'' എന്ന സെൽമ, കുട്ടിരേവതി, മാലതീ മൈത്രി, സുകൃതറാണി എന്നീ തമിഴ് കവയിത്രികളെക്കുറിച്ചുള്ള ഡോക്യുമെന്ററിഫിലിം കണ്ടശേഷം–

●

നോഹയെ വിട്ടു പറന്നുപോയ ആ പ്രാവ്

സ്ത്രീ സാഹിത്യചരിത്രത്തിൽ മൂന്നു ഘട്ടങ്ങൾ കണ്ടെത്തിയിട്ടുണ്ട്. അമേരിക്കൻ സ്ത്രീവാദവിമർശകയായ എലെയ്ൻ ഷോവോൾട്ടർ (Elaine Showalter) സ്ത്രൈണം, സ്ത്രീവാദാത്മകം, സ്ത്രീത്വാധിഷ്ഠിതം (Feminine, Ferminist, Female) എന്നിങ്ങനെ ('ഒരു സ്ത്രീവാദ കാവ്യമീമാംസയിലേക്ക്' എന്ന അവരുടെ ലേഖനം കാണുക). ഇതിൽ ആദ്യത്തേതിൽ മാത്രമല്ല, രണ്ടാമത്തേതിലും, അദ്ഭുതമെന്നു പറയട്ടെ, പുരുഷകേന്ദ്രിതവ്യവസ്ഥയ്ക്കുചുറ്റും ഭ്രമണം ചെയ്യാനുള്ള ഔൽസുക്യം അവർ കണ്ടെത്തുന്നുണ്ട്.

ആദ്യത്തെ കൂട്ടർ പുരുഷന്മാരെ അനുകരിക്കുന്നു. രണ്ടാമതു വരുന്നവർ പുരുഷന്മാരെ കർക്കശമായി ചോദ്യം ചെയ്യുന്നു. എന്നാൽ രണ്ടിലും നോട്ടം കേന്ദ്രീകരിച്ചിരിക്കുന്നത് പുരുഷനിലാണ്. ഇതിനൊരു മാറ്റം ഉണ്ടായിട്ടുണ്ടോ? ചരിത്രം അനിവാര്യമാക്കിത്തീർക്കുന്ന ഈ രണ്ടു നോട്ടങ്ങൾക്കുമപ്പുറം മറ്റൊന്നുകൂടി സ്ത്രീക്ക് സാധ്യമാണ് എന്ന് പിന്നീടുവന്ന എഴുത്തുകാരികൾ തെളിയിക്കുന്നതായി ഷോവോൾട്ടർ പറയുന്നു. ആ ഘട്ടത്തെയാണ് അവർ 'സ്ത്രീത്വാധിഷ്ഠിതം' (സ്ത്രീത്വം = femaleness) എന്നു വിളിക്കുന്നത്. ഇവിടെ സ്ത്രീ സ്വന്തം വേരുകളുള്ള ഒരു മരമായി പടർന്നുപന്തലിച്ച് പ്രപഞ്ചത്തെയാകെ അഭിമുഖീകരിക്കുകയാണ് എന്നു പറയാം. അവൾ അവളുടെ ലതാപദവി വലിച്ചെറിഞ്ഞിരിക്കുന്നു എന്നും (ലത = ആലിംഗനം ചെയ്യുന്നവൾ; അവന്റെ അഹംബുദ്ധി ഇത്തിൾക്കണ്ണി പോലെ കാർന്നുതിന്നുന്നവളും).

'പെണ്ണെഴുത്ത്' എന്നു പറഞ്ഞാൽ പെണ്ണായി പിറന്നവൾ എഴുതുന്ന കഥയും കവിതയും എന്ന ലളിതവിശ്വാസം വെച്ചുപുലർത്തുന്നവരാണ് നമ്മിൽ പലരും. എന്നാൽ പെണ്ണിനും ആണിനും എഴുതാവുന്ന എഴുത്താണതെന്ന് ജൂലിയ ക്രിസ്റ്റേവ (Julia Kisteva) യെപ്പോലുള്ളവർ

ചൂണ്ടിക്കാണിച്ചിട്ടുണ്ട്. പാർശ്വങ്ങളിലേക്ക് തള്ളിമാറ്റപ്പെട്ടവർ കേന്ദ്ര സ്ഥിതമായ അധികാരത്തെ തകർക്കാൻവേണ്ടി നടത്തുന്ന എഴുത്ത് എന്ന വിശാലമായ അർഥത്തിലാണ് അവരൊക്കെ 'പെണ്ണെഴുത്തി'നെ കാണുന്നത്. അതുകൊണ്ടാണ് സാമൂഹികമര്യാദകൾ പലതും തെറ്റിച്ചുനടന്ന ഷെനേയുടെ (Jean Genet) തീർത്തും വേറിട്ട നോട്ടത്തെ ക്രിസ്റ്റേവയും ഹെലൻ സിസൂവുമൊക്കെ ഈ ഗണത്തിൽ പെടുത്തിയത്. എന്നാൽ, പെണ്ണെഴുത്തിന്റെ മാനിഫെസ്റ്റോ എന്നു കരുതപ്പെടുന്ന സിസൂവിന്റെ (Helene Cixous) 'മെഡ്യൂസയുടെ ചിരി' എന്ന ലേഖനത്തിൽ പുരുഷാധിപത്യത്തോടുള്ള എതിർപ്പിനപ്പുറം പോയി, പെൺതനിമയുടെ ഒരു പൂത്തുലയലായി ഈ പരികൽപന വികസ്വരമാവുന്നതു കാണാം. ഇവിടെ ഷോവോൾട്ടർ പറഞ്ഞ മൂന്നാംഘട്ടം ഓർമ വരും. പുരുഷനിരപേക്ഷമായ സ്ത്രീസർഗാത്മകതയുടെ ഈ ഒരു സാകല്യാവസ്ഥ മലയാളത്തിൽ ഇനിയും നിറവേറ്റപ്പെട്ടിട്ടില്ല എന്നു തോന്നുന്നു.

ജർമൻ കവി റെയ്നർ മറിയ റിൽക്കേയുടെ (Rainer Maria Rilke) 'ഓർഫ്യൂസ് യൂറിഡീസി ഹെർമീസ്' എന്ന കവിത നമ്മിലൂണർത്തുന്നതും സമാനമായ ഒരു സ്ത്രീ സങ്കൽപമാണ്. മരിച്ചവരുടെ ലോകത്തിൽ നിന്നും വീണ്ടെടുത്ത് കൊണ്ടുവരവേ, തിരിഞ്ഞുനോക്കരുതെന്ന നിയമം ലംഘിക്കയാൽ ഓർഫ്യൂസിന് എന്നേക്കുമായി നഷ്ടപ്പെട്ട പ്രിയതമയാണ് യൂറിഡീസി. ദൈവങ്ങളുടെ സന്ദേശവാഹകനായ ഹെർമീസിനോടൊപ്പം മഞ്ഞിന്റെ നേർത്ത തിരശ്ശീലയിലൂടെ എന്നവണ്ണം സ്വപ്നതുല്യം കാണപ്പെടുന്ന, കാടും നിശ്ചലതടാകവും നേർത്ത ഒരു പാതയുമുള്ള മൃത്യുലോകത്തിലൂടെ ജീവിതത്തിലേക്കു തിരിച്ചു നടക്കുകയാണവർ - പുരുഷനും സ്ത്രീയും. അയാളുടെ അക്ഷമയും ആർത്തിയും പൂണ്ട കാൽവെപ്പുകൾ പാതയെ ചവക്കാതെ വിഴുങ്ങുകയാണ് എന്ന് റിൽക്കേ. അയാളുടെ ആകാംക്ഷാഭരിതമായ നോട്ടമാകട്ടെ ഒരു ശ്വാനനെപ്പോലെ മുന്നോട്ടോടുകയും തിരിച്ചുവരികയും വീണ്ടും മുന്നോട്ടോടി ഒരു വളവിൽച്ചെന്ന് കാത്തുനിൽക്കുകയും ചെയ്യുന്നു. എന്നാൽ, അയാൾ കാതോർക്കുമ്പോൾ (തിരിഞ്ഞുനോക്കിക്കൂടാ) പിന്നിലെ അവളുടെ പാദപതനങ്ങൾ അമ്പരപ്പിക്കും വിധം പതിഞ്ഞതും ശാന്തവുമാണ്. യൂറിഡീസി മരിച്ചപ്പോൾ ഓർഫ്യൂസു' എന്ന ഗായകകവി തന്റെ വല്ലകി മീട്ടി സങ്കടത്തിന്റെ ഒരു സംഗീതപ്രപഞ്ചം തന്നെ സൃഷ്ടിച്ചിരുന്നു. എന്നാലിപ്പോൾ അവളവരുടെ ആതീവ്രാനുരാഗമൊന്നും ഓർക്കുന്നുണ്ടെന്ന് തോന്നുന്നില്ല. റിൽക്കേ പറയുന്നു. ശവക്കച്ചയിൽ തട്ടിത്തടഞ്ഞ് മെല്ലെ നടന്നുവരുന്ന ആ യുവതി അവളിൽ തന്നെ ലീനയായിരുന്നു. അവൾ അവളാൽത്തന്നെ, ഒരു ഗർഭിണി ശിശുവാലെന്നവണ്ണം, നിറഞ്ഞിരുന്നു. മരണം അവളെ അറിയപ്പെടുന്ന എല്ലാ സാഫല്യങ്ങൾക്കുമപ്പുറമുള്ള ഒരു സാഫല്യത്തിൽ എത്തിച്ചിരുന്നു. തന്റെ തന്നെ മാധുര്യത്താലും സൃഷ്ടിരഹസ്യത്താലും നിറഞ്ഞുനിൽക്കുന്ന ഒരു മുഴുത്ത കനിയായിത്തീർന്നിരുന്നു അവൾ. ഒരു പുതിയതരം കന്യാകാത്വം അവളെ അപ്രാപ്യയാക്കിയിരുന്നു. അവളുടെ ലൈംഗികത, രാവെത്തിയപ്പോൾ കൂമ്പിയ ഒരു പൂവുപോലെ, അട

ഞ്ഞിരുന്നു. ഓർഫ്യൂസിന്റെ പാട്ടുകളിൽ അലയടിച്ചിരുന്ന നീലക്കണ്ണു കളുടെ സൗന്ദര്യമല്ല അവളിപ്പോൾ. കെട്ടഴിച്ചിട്ട മുടിപോലെ, പെയ്തുതോരുന്ന മഴപോലെ എന്തോ ഒന്ന് അവളിൽ അഴിഞ്ഞുപോയിരുന്നു. അവൾ ഒരു വേരായ് പരിണമിച്ചിരുന്നു.'അയാൾ തിരിഞ്ഞു നോക്കി' എന്ന് സങ്കടത്തോടെ ഹെർമീസ് പറഞ്ഞപ്പോൾ നിസ്സംഗതയോടെ അവൾ ചോദിച്ചു-ആര്? അവൾ അപ്പോൾ തന്നെ തിരിച്ചു നടക്കാനും തുടങ്ങിയിരുന്നു.

'ഒരു യുവകവിക്കുള്ള എഴുത്തുകൾ' എന്ന സമാഹാരത്തിലെ ഏഴാമത്തെ എഴുത്തിൽ റിൽക്കേ സ്ത്രീയെക്കുറിച്ചു തനിക്കുള്ള ഒരു സ്വപ്നം പങ്കുവെക്കുന്നുണ്ട്: എല്ലാറ്റിലും പുരുഷന്റെ വിപരീതമായി മാത്രം പെൺകുട്ടി, സ്ത്രീ സ്വയം നിർവഹിക്കാത്ത ഒരു കാലം വരും. അവൾ അന്ന് അവളിൽത്തന്നെ എന്തെങ്കിലുമായിരിക്കും. ഒരു തരത്തിലും പുരുഷനെ ഓർമിപ്പിക്കാത്ത ഒന്ന്. അവളെ റിൽക്കേ വിളിച്ചത് 'മനുഷ്യസ്ത്രീ എന്ന ഉൺമ' (the female human being) എന്നാണ്. റിൽക്കേയുടെ യൂറിഡീസിയിൽ ഞാൻ കാണുന്നത് ഈ സങ്കൽപത്തിന്റെ ഒരു മൂർത്തീകരണമാണ്. മരണാനന്തരാനുഭവവും, സാഹിത്യത്തിൽ ആവിഷ്കരിക്കപ്പെടുമ്പോൾ, ഒരു ജീവിതാനുഭവരേഖയായി മാറാതെ തരമില്ലല്ലോ.

മലയാളത്തിൽ, ഒ.വി. ഉഷക്കുശേഷം സ്ത്രീപക്ഷത്തിനിന്ന് ഏറ്റവും സൂക്ഷ്മമായി പ്രണയത്തെ ആവിഷ്കരിക്കുന്നത് വി.എം. ഗിരിജയുടെ കവിതകളാണ്. ഉഷയുടെ കവിതകളിലേക്കാൾ പ്രകൃതിയുടെ പച്ചപ്പും സ്ത്രീലൈംഗികതയുടെ സുന്ദരമായ അനാവരണവുമുണ്ട് ഗിരിജയുടെ രചനകളിൽ. ഗിരിജയുടെ കവിതകളിൽ കാണിന്നു, മാതൃനിർവശേഷമായ ഒരു മസൃണതയാവഹിക്കുന്ന പുരുഷ ലൈംഗീകതാ പരിചരണം ഞാൻ പരിചയപ്പെട്ടിട്ടുള്ള ലോകകവിതയിൽ പോലും കാണാനായിട്ടില്ല എനിക്ക്

ഗിരിജയുടെ 'മായം' എന്ന കവിതയിൽ ('പ്രണയം ഒരാൽബം' എന്ന സമാഹാരം) സ്ത്രീ തന്റെ ഭ്രാന്തൻ സ്നേഹവും പനിപൊള്ളിക്കുന്ന ഉടലുമാണ് പുരുഷന് വെച്ചുനീട്ടുന്നത്'. എങ്കിലും അവൾക്കറിയാം അയാൾക്കു വേണ്ടത് അമ്മ കുഞ്ഞിനെന്നപോൽ താൻ വെച്ചുനീട്ടുന്ന ഈ കളിപ്പാട്ടങ്ങളല്ല എന്ന്. അയാൾക്കുവേണ്ടത് 'വെയിലിന്റെ കിരീടവും, മഴയുടെ കണ്ണീരും, ചളിവെള്ളത്തിന്റെ കിന്നാരവും ചരൽക്കല്ലുകളുടെ സൗഹൃദവും കിളികളുടെ തൂവലും പൂവിന്റെ പാട്ടുമൊക്കെയാണ്. ചുരുക്കിപ്പറഞ്ഞാൽ 'അമ്മ നൽകാത്ത എല്ലാം'.

പുരുഷകേന്ദ്രിതവ്യവസ്ഥയിലെ സ്ത്രീയുടെ എക്കാലത്തേയും പ്രണയാനുഭവം തന്നേയാണ് ഗിരിജ തന്റെ ഹരിതഭാഷയിൽ അതിലോലമായി ഈ മനോഹരമായ കവിതയിൽ കുറിച്ചിടുന്നത്. അവന് പ്രണയിക്കുമ്പോഴും ലോകങ്ങൾ വേറെ എത്രയോ ഉണ്ട്. അവൾക്കാകട്ടെ അവൻ മാത്രമേയുള്ളൂ. ഈ അവസ്ഥയെ, ഓടിയൊളിക്കാതെ നേരെ നിന്ന് ഇമവെട്ടാതെ കണ്ടറിയുന്നു എന്നിടത്താണ് ഗിരിജയുടെ കവിത 'പെണ്ണെഴുത്താ'വുന്നത്. ഇത്തരത്തിൽ സ്വാനുഭവസത്യത്തിനുനേർക്കുള്ള

പേടിക്കാത്ത പെൺനോട്ടം, സാംസ്കാരിതലത്തിൽ സ്ത്രീവാദത്തിനുമാത്രം സമ്മാനിക്കാൻ കഴിയുന്ന ഒരവബോധത്തിന്റെ ഫലമാണ്. ഓർക്കുക, സംസ്കാരം പലപ്പോഴും അറിയാതെ ശ്വസിക്കപ്പെടുന്നതുകൂടിയാണ്. രാധാ-കൃഷ്ണപ്രണയം എന്ന ആർക്കിറ്റൈപ്പിന്റെ മടുപ്പിക്കുന്ന തനിയാവർത്തനങ്ങളിൽ ഉടക്കിക്കിടക്കുന്ന നമ്മുടെ പ്രണയകവിതാപാരമ്പര്യത്തിനപ്പുറമാണ് ഈ കവിയുടെ കവിതയുടെയും നില എന്നിരിക്കിലും നമ്മുടെ എഴുത്തുകാരികൾക്ക് അവരുടെ രചനകളിൽ എത്തിപ്പിടിക്കാവുന്ന അനുഭവത്തിന്റേയും ആവിഷ്കാരത്തിന്റേയും തലങ്ങൾ ഇനിയുമെത്രയോ ഇല്ലേ?

'സുഹൃത്തെ, ഞാനൊരു സ്ത്രീയല്ല' എന്ന് ഒരു വിടനോട് പറയുന്നുണ്ട്. തന്റെ ഒരു കവിതയിൽ നൂറ്റാണ്ടുകൾക്കപ്പുറം ജീവിച്ചിരുന്ന അക്കമഹാദേവി എന്ന മിസ്റ്റിക് കവി. പുരുഷനുമായുള്ള പ്രണയത്തിനും കലഹത്തിനും അപ്പുറംപോയുള്ള ഒരെഴുത്ത് സ്ത്രീക്ക് സാധ്യമല്ലെ? (ഇപ്പുറം നിന്നല്ല എന്ന് അടിവരയിട്ട് പറയട്ടെ. അല്ലായെങ്കിൽ. 'ഞാനൊരു ഫെമിനിസ്റ്റല്ല' എന്ന് പലപ്പോഴും സ്വയം തിരിച്ചറിയാതേയും ഫെമിനിസത്തെക്കുറിച്ചുള്ള വലുതായ അജ്ഞതയാലും പറയാൻ മൽസരിക്കുന്ന നമ്മുടെ എഴുത്തുകാരികൾക്ക് അവർ അർഹിക്കാത്ത ഒരു സാധൂകരണം നേടിക്കൊടുക്കും ഈ വാദം. എന്തിന് എഴുത്തുകാരികളെമാത്രം പറയുന്നു, തരം കിട്ടുമ്പോഴൊക്കെ ഫെമിനിസത്തേയും ഫെമിനിസ്റ്റുകളേയും രണ്ടു തെറിപറയുന്നതാണല്ലോ ഇവിടത്തെ പല എഴുത്തുകാരന്മാരുടേയും ആകെയുള്ള സമകാലികതയും സാമൂഹിക പ്രതിബദ്ധതയും!)

പ്രണയം പിന്നിൽ പ്രചണ്ഡമായ ഒരു കടൽപോലിരമ്പുന്ന തീവ്ര രചനകൾ എത്രയെങ്കിലും നടത്തിയിട്ടുണ്ടെങ്കിലും, പത്തൊമ്പതാം നൂറ്റാണ്ടിൽ എമിലി ഡിക്കിൻസൺ എന്ന അമേരിക്കൻ കവയിത്രി തന്റെ ചില പ്രകൃതി കവിതകളിലും മൃത്യുകവിതകളിലുമൊക്കെ എത്തിച്ചേർന്ന, പുരുഷന്റെ നിഴൽപോലും വീഴാത്ത ചില ഇടങ്ങളുണ്ട്. അവിടെ, അവരുടെ തന്നെ വാക്കുകളിൽ യാതൊരു മനുഷ്യനുമായിട്ടല്ലാത്ത ആത്മാവിന്റെ (ഏകാന്തമായ) പോരാട്ടങ്ങളുണ്ട്. തീർത്തും ഒറ്റക്കുനിൽക്കുന്ന ഒരു സ്ത്രീമനസ്സിനെ ഇവിടെ കാണാൻ കഴിയും. അത് ഈ പ്രപഞ്ചത്തെയാകെ, നേരിട്ട്, പുരുഷൻ എന്ന ഇടനിലക്കാരനില്ലാതെ, സംബോധന ചെയ്യുകയാണ്. ഈ ഒരു തലത്തെപ്പറ്റിയാണ് ഷോവോൾട്ടർ പറഞ്ഞതെന്നും ഹെലൻ സിസൂ സ്വപ്നം കണ്ടതെന്നും റിൽക്കെ പ്രവചിച്ചതെന്നും ഞാൻ കരുതുന്നു. നമ്മുടെ 'പെണ്ണെഴുത്തി'ന്റെ വഴിയിലും നമുക്കീയൊരു ചൂണ്ടുപലക നാട്ടുക. സ്ത്രീയും പുരുഷനും സ്വന്തം ലിംഗപദവികൾക്കപ്പുറം പോവുമ്പോൾ സംഭവിക്കുന്ന സർഗപ്രതിഭയുടെ ഈയൊരു ഉജ്വലനത്തെക്കുറിച്ചുതന്നെയല്ലേ 'സ്വന്തമായൊരു മുറി' യിൽ 'വെർജീനിയാ വൂൾഫ്' (ഷോവോൾട്ടറിന്റെ മൂന്നാം ഘട്ടചർച്ചയിൽ ഉദാഹരണമായി വരുന്ന എഴുത്തുകാരികളിലൊരാൾ) ചർച്ച പറയുന്നതും?

എപ്പോഴും ഒളിഞ്ഞോ തെളിഞ്ഞോ പുരുഷനോടുള്ള ഒരു സൗമ്യ

ഭാഷണമോ എതിർഭാഷണമോ ആവേണ്ടതില്ല സ്ത്രീയുടെ കവിത. അതിന് ഇതുരണ്ടുമല്ലാത്ത ദീപ്തമായ മറ്റൊരു ഭാഷണമാവാൻ കഴിയും. വിചിത്രമെന്നു പറയട്ടെ, നിത്യജീവിതത്തിൽ ഏതൊരു സാധാരണസ്ത്രീക്കും പരിചിതമായ ഒരു മാനസികാവസ്ഥയാണിത്. ഉദാ: ജലാശയത്തിൽ സ്വയം മറന്ന് നീന്തിത്തുടിക്കുന്ന ഒരു സ്ത്രീയുടെ എന്നിട്ടും സ്ത്രീരചനകളിൽ, സ്ത്രീയുടെ വാക്കിൽ, ബോധത്തിൽ ഇതു പൂർണമായും തെളിഞ്ഞുവരാത്തതെന്തുകൊണ്ടാവാം? ഇവിടെ പുരുഷൻ ഭരിക്കുന്ന സാഹിത്യലോകത്തെ, സാഹിത്യമൂല്യസംബന്ധിയായ ചില ഗൂഢനിയമങ്ങൾ-ഒരു സ്ത്രീ എങ്ങനെ എഴുതിയാലാണ് അത് സത്യസന്ധമായും സുന്ദരമായും മഹത്തായും അയാൾക്കു തോന്നുക എന്നതിനെപ്പറ്റിയൊക്കെയുള്ളവ-തന്നെയാവാം എഴുതുന്ന സ്ത്രീയെ അവളറിയാതെ പിൻതിരിപ്പിക്കുന്നത്. എഴുത്തുകാരി അത്തരം വികലധാരണകളെ തിരിച്ചറിയുകയും അവയെ സുബോധത്തോടെ അതിജീവിക്കുകയും ചെയ്യേണ്ടതുണ്ട്.

ഒന്നോർക്കാം-താനയച്ച പ്രാവ് തരിച്ചുവരാഞ്ഞപ്പോൾ 'പഴയ നിയമ'ത്തിലെ നോഹക്ക് ദ്വേഷ്യമോ നിരാശയോ തോന്നിയില്ല. അയാൾ ഭൂതലം വീണ്ടും ആവാസയോഗ്യമായല്ലോ എന്നോർത്ത് സന്തോഷിക്കുകയാണ് ചെയ്തത്. സ്ത്രീ തന്നെത്തന്നെ മുഴുവനായും വീണ്ടെടുക്കുമ്പോൾ പുരുഷൻ എന്തിനു പരിഭ്രാന്തനാവണം? ആ വീണ്ടെടുക്കൽ സ്ത്രീപുരുഷന്മാരുടെ ജീവിതത്തെ, ബന്ധങ്ങളെ എത്രയോ അധികം ആവാസയോഗ്യവും ഹൃദ്യവുമായ ഇടങ്ങളിലാണ് കൊണ്ടെത്തിക്കുക എന്നയാൾക്ക് മനസ്സിലാക്കാവുന്നതല്ലേയുള്ളൂ?

●

ബുദ്ധിയുള്ള സ്ത്രീയെ പ്രണയിക്കുന്നതെങ്ങനെ?

വായിക്കുന്നവളെ കണ്ടു സന്തോഷിക്കുന്നവരായി രണ്ടു കൂട്ട രേയുള്ളൂ ലോകത്തിൽ - നല്ല അധ്യാപകരും പിന്നെ അമ്മ മാരും. ഭർത്താക്കന്മാരും അമ്മായിയമ്മമാരും വീട്ടുവേലക്കാരും എന്തി ന് മക്കൾപോലും വായിക്കുന്ന പെണ്ണിൽ പൊതുവെ കുറ്റബോധമേ ഉളവാക്കാറുള്ളൂ.

ബുദ്ധിയുള്ള സ്ത്രീയെ പ്രണയിക്കുന്നതെങ്ങനെ എന്ന് മലയാള സാഹിത്യം ഏറെയൊന്നും അന്വേഷിച്ചിട്ടില്ല. കെ. സുരേന്ദ്രന്റെ 'മരണം ദുർബലം' അതിനുള്ള ആത്മാർത്ഥമായ ഒരു ശ്രമമായിരുന്നു. രാജ ലക്ഷ്മിയുടെ പല രചനകളിലും ബുദ്ധിയുള്ളവളുടെ പ്രണയജീവിത ത്തിൽ വരുന്ന പ്രശ്നങ്ങൾ കാണാം. എന്നാൽ രാജലക്ഷ്മിയെ മല യാളി ഇനിയും ശരിക്ക് വായിച്ചെടുത്തിട്ടില്ല എന്നതാണ് സത്യം. ബുദ്ധിയുള്ള ഒരു സ്ത്രീയുമായി അർത്ഥവത്തായി സംവദിക്കാനുള്ള തന്റെ ഇനിയും നടക്കാത്ത മോഹത്തെപ്പറ്റിയുള്ള എം. മുകന്ദന്റെ വെ ളിപ്പെടുത്തലിൽ പുരുഷനായ മലയാളി കഥാകൃത്തിന്റെ, ഒരേറ്റുപറച്ചിൽ കാണാൻ കഴിയും. അയാളുടെ ജീവിതത്തിൽ മാത്രമല്ല, കലയിലും അതേറേയൊന്നും യാഥാർത്ഥ്യമായിട്ടില്ല. പുരുഷന്റെ അപാരമായ ലൈംഗികതൃഷ്ണയെ തൃപ്തിപ്പെടുത്താൻ ഒന്നിലധികം സ്ത്രീകൾ കൂടിയേ തീരൂ എന്നും സ്ത്രീക്കു പക്ഷേ, ഒരു പുരുഷൻ തന്നെ ധാരാ ളം മതിയാവുമെന്നുമൊക്കെ അളന്നുമുറിച്ച അജ്ഞതകൾ അനർഗളം പ്രവഹിക്കുന്നതും നമ്മുടെ സാഹിത്യകാരന്മാരിൽ നിന്നുതന്നെയാണല്ലോ.

ലൈംഗികതയുടെ വിപരീതധ്രുവത്തിലാണ് സ്ത്രീയുടെ ബുദ്ധി പരമായ ചോദനകളെ, തന്റെ നോവലുകളിൽ സ്ത്രീ-പുരുഷ ബന്ധ ങ്ങൾ വിസ്തരിച്ച് കൈകാര്യം ചെയ്തിട്ടുള്ള, ഡി.എച്.ലോറൻസ് പോലും പ്രതിഷ്ഠിച്ചത്. ബ്ലൂസ്റ്റോക്കിംഗ്' (Blue Stocking) എന്ന പരി

ഹാസപ്പേരുമുണ്ടായിരുന്നു സ്ത്രീ ബുദ്ധിജീവിക്ക് പത്തൊമ്പതാം നൂറ്റാണ്ടിലെ ശരീരശാസ്ത്രജ്ഞന്മാർ വിശ്വസിച്ചിരുന്നത് അത്തരം സ്ത്രീകളുടെ ഊർജ്ജമത്രയും ചിന്തയ്ക്കുവേണ്ടി ചെലവഴിക്കപ്പെടുന്നതിനാൽ അവരുടെ ഗർഭപാത്രം ചുരുങ്ങിപ്പോകും എന്നാണ്. പുരുഷന്റെ ബുദ്ധി പുളിയിട്ടു തേച്ച ഓട്ടുവിളക്കുപോൽ അവനെ തിളക്കുമ്പോൾ, സ്ത്രീയുടെ ബുദ്ധി കരിമംഗലം പോലെ അവളുടെ ശോഭയ്ക്ക് മങ്ങലുണ്ടാക്കുമെന്ന് കരുതപ്പെട്ടു. അതുകൊണ്ടാണ് ആദ്യകാല സ്ത്രീവാദചിന്തകയായ മേരി വോൾസ്റ്റോൺ ക്രാഫ്റ്റിനെ (Mary Wollstonecraft) 'പെറ്റിക്കോട്ടിട്ട കഴുതപ്പുലി' എന്ന് അക്കാലത്തെ 'പുരുഷസിംഹങ്ങൾ' ആക്ഷേപിച്ചത്.

സ്ത്രീകൾ ജനപ്രിയ വാരികത്താളുകളിലെ നീണ്ടുപോവുന്ന തൊലിപ്പുറ പ്രണയകഥകളും ശുഷ്കതയിൽ അവയെ അതിശയിക്കുന്ന ടി.വി സീരിയലുകളും മദ്ധ്യവർഗമനസ്സുകളിൽ ഉപഭോഗാസക്തിയുടേയും അതുവഴി അഴിമതിയുടേയും കറുത്ത വിത്തുകൾ വിതയ്ക്കുന്ന വനിതാമാസികകളും നോവലുകളും മാത്രം വായിച്ചാൽ മതിയാവും എന്നും അതിനുമപ്പുറമുള്ള അവളുടെ ഏതു വായനയും സ്ത്രീപുരുഷബന്ധങ്ങളെ അനാവശ്യമായി സങ്കീർണമാക്കും എന്നുമൊക്കെയാണ് പൊതുവെയുള്ള ധാരണ. വികലവും സ്ത്രീവിരുദ്ധവുമാണ് ഈ പൊയ്ധാരണ.

ഭരിക്കപ്പെടുന്നവരുടെ അറിവ് ആപൽക്കരമാണ്. അവരുടെ സ്വയംതിരിച്ചറിവ് പ്രത്യേകിച്ചും എന്ന് അധികാരമോഹികളായ എല്ലാ ഭരണവർഗവും വിശ്വസിക്കുന്നു. അധികാരം കൈയാളുന്ന പുരുഷനും അതിൽപ്പെടും. അതാണ് അറിവുള്ള സ്ത്രീയെ അയാൾ ഭയപ്പെടുന്നത്. ഒരു തരത്തിൽ, അയാളും ദയ അർഹിക്കുന്നുണ്ട്. മനുഷ്യലോകത്തിന്റെ മറുപകുതിയുമായി കൂടുതൽ അർത്ഥപൂർണമായി ഇടപെടാൻ അയാളെ പഠിപ്പിക്കാത്തത് സമൂഹത്തിന്റെ ഈ പൊതുബോധം തന്നെയാണ്. അയാളും, സ്ത്രീയോളമില്ലെങ്കിലും, പുരുഷാധിപത്യ സംസ്കാരത്തിന്റെ ഒരു വികൃതനിർമിതി തന്നെയാണ് എന്നത്രെ കൗതുകകരമായ സംഗതി.

സ്ത്രീ സ്ത്രീയായിക്കൊണ്ടുതന്നെ വായിക്കാത്തിടത്തോളം കാലം അവൾ ശരീരംകൊണ്ടുമാത്രം സ്ത്രീയും മനസ്സുകൊണ്ട് പുരുഷാധിപത്യമൂല്യങ്ങൾ അതേപടി സ്വാംശീകരിച്ചവളും ആയിരിക്കും എന്ന് അമേരിക്കൻ സ്ത്രീവാദ വിമർശകയായ ജൂഡിത്ത് ഫെറ്റേർലി (Judith Fetterley) തന്റെ The Resisting Reader (ചെറുക്കുന്ന വായനക്കാരി) എന്ന പ്രശസ്തമായ കൃതിയിൽ ചൂണ്ടിക്കാണിച്ചിട്ടുണ്ട്. ഇത് അവളെ ദ്വന്ദ്വവ്യക്തിത്വത്തിലേക്കും അതുവഴി മനോരോഗത്തിലേക്കും നയിക്കുമെന്നും പ്രായമാകുംതോറും സ്ത്രീകളിൽ കണ്ടുവരുന്ന വിഷാദരോഗപ്രവണതയ്ക്കും ചപലഭാവങ്ങൾക്കും ക്രൗര്യങ്ങൾക്കുമൊക്കെ പിന്നിൽ അവളെ ഗൗനിക്കാത്ത ഒരു സംസ്കാരം സമ്മാനിക്കുന്ന ഈ വലുതായ അശാന്തിയുണ്ട്!

ഇവിടെയാണ് ഒരു സ്ത്രീപക്ഷവായനയുടെ പ്രസക്തി. സ്വയം ശാ

ക്തീകരിക്കാൻ സ്ത്രീ ഈയൊരു ദൗത്യം ഏറ്റെടുത്തേപറ്റൂ. രാമായണവും ശാകുന്തളവും ചെമ്മീനും മറ്റും ഇരയെ നശിപ്പിച്ച് വേട്ടക്കാരനെ കൊണ്ടാടുന്ന കൃതികളും കൂടിയാണെന്ന (മറ്റുതരത്തിൽ അവയ്ക്ക് മഹത്വമില്ലെന്നല്ല) തിരിച്ചറിവ് ഓരോ പെണ്ണിരയ്ക്കുമുണ്ടാവണം. തന്നിൽ നിന്നൊളിച്ചോടാൻ തന്നെ പ്രേരിപ്പിക്കുന്ന കള്ളവായനയെ വിട്ട് തന്നിലെ തന്നെ തിരിനീട്ടി തെളിയ്ക്കുന്ന, സാധൂകരിക്കുന്ന ധീരവും സത്യസന്ധവുമായ വായനരീതികളിലേക്ക് അവൾ എത്തിച്ചേരണം. കൃതികളിലെ, പലപ്പോഴും ഗൂഢമായ പുരുഷാധിപത്യ തന്ത്രങ്ങളെ തിരിച്ചറിയാനും തള്ളിക്കളയാനും അവൾ പ്രാപ്തി നേടണം. സ്ത്രീരചനകളിലെ, പുരുഷൻ അപ്രിയമെന്നു തിരസ്കരിക്കുന്ന പൊള്ളുന്ന സത്യങ്ങളോട് ഹൃദയപൂർവ്വം സംഘം ചേരാനും അവൾക്കു കഴിയണം.

അപ്പോൾ കൂട്ടിലെ പെൺകിളി ആകാശത്തെ അറിയും. ആ ഉയരങ്ങളിൽ തന്നോടൊപ്പം പറന്നെത്തുന്നവനുമായി മാത്രം ഒത്തു പറക്കും. അവളിൽ അപ്പോൾ ഉണർന്നുവരുന്ന ജീവിതത്തിന്റെ പാട്ടിന് ലോകം എത്രയോ കാലമായി കാതോർത്തിരിക്കുന്ന ഒരു അപൂർവതാളമുണ്ടാവും. പുതിയ സ്ത്രീയും പുതിയ പുരുഷനും ചേർന്ന് നമ്മുടെ പ്രണയ സങ്കൽപങ്ങളെ, സൗഹൃദ സങ്കൽപങ്ങളെ അടിമുടി മാറ്റിയെഴുതും. ചങ്ങലമുറുക്കുന്ന വായനയും ചിറകുനൽകുന്ന വായനയുമുണ്ട്. എന്ന് ചിന്തിക്കുന്ന സ്ത്രീ തിരിച്ചറിയുന്നിടത്താണ് ഈ മാറ്റം തുടങ്ങുക.

●

സ്ത്രീവാദത്തെ എന്തിന് ഭയപ്പെടണം?

എന്തുകൊണ്ടോ നമ്മുടെയൊക്കെയുള്ളിൽ സ്നേഹത്തോളം മസൃണതയുള്ള ഒരു വാക്കല്ല നീതി. അനീതിയിൽ വേരുറപ്പിച്ച ഒരുപാട് സുഖങ്ങളുടെ തടവുകാരാണ് നാം എന്നതാവാം കാരണം. സ്നേഹം ത്യാഗമാണ്. എന്തും ഭൂമിയോളം ക്ഷമിക്കണമെന്നും എല്ലാം ശാന്തമായി സഹിക്കണമെന്നും ദൈവംപോലും അതാണാഗ്രഹിക്കുന്നതെന്നും ഉള്ളവൻ ഇല്ലാത്തവനോടും വെളുത്തവൻ കറുത്തവനോടും സാമ്രാജ്യത്വം പ്രജയോടും പുരുഷൻ സ്ത്രീയോടും പണ്ടുമുതലേ പറഞ്ഞുപോരുന്നതാണ്.

മാത്രമല്ല, ഇരകളെ ശിക്ഷിക്കുകയാണ് എന്നും നമ്മുടെ മഹത്തായ പാരമ്പര്യം. ശകുന്തളയായാലും സീതയായാലും കറുത്തമ്മയായാലും സ്ത്രീയെന്ന നിലയിൽ ചൂഷണത്തിനിരയാവുന്ന ആരായാലും അതങ്ങനെത്തന്നെ. കഥ ജീവിതത്തെയും ജീവിതം കഥയെയും അന്ധമായനുകരിച്ച് രസിച്ചുകൊണ്ടേയിരിക്കുന്നു.

ജീവിതം മാറണമെങ്കിൽ നാം നമ്മോട് നിരന്തരം പറയുന്ന ചെറുതും വലുതുമായ ഇത്തരം പല കഥകളും മാറ്റിവായിച്ചേ പറ്റൂ. സാഹിത്യത്തിലായാലും മതത്തിലായാലും മനോവിശകലനത്തിലായാലും, സാമൂഹികശാസ്ത്രങ്ങളിലോ വൈദ്യത്തിലോ ആയാലും, അറിവിന്റെ ഏത് മേഖലയിലായാലും അത്തരം പൊളിച്ചെഴുത്തുകൾ നടക്കുന്ന കാലമാണിത്.

സ്ത്രീവാദികൾ പുരുഷവിദ്വേഷികളായി ചിത്രീകരിക്കപ്പെടുന്നത് അവർ സ്ത്രീക്കു ലഭിക്കേണ്ട നീതിയെയും അവളുടെ തുല്യതയെയും ഒരു വ്യക്തിയെന്ന നിലയിൽ അവൾക്കുള്ള പൂർണതയെയും അന്തസ്സിനെയും പറ്റിയൊക്കെ സംസാരിക്കുന്നതു കൊണ്ടാണ്. ഇവ സ്ത്രീപുരുഷബന്ധത്തിന്റെ കാല്പനിക ചാരുതയെ ചോദ്യം ചെയ്യുന്ന വാ

ദങ്ങളായി ഗണിക്കപ്പെടുന്നു.

കാല്പനികത, സൂക്ഷിച്ചുനോക്കിയാൽ, പലപ്പോഴും പ്രണയം എന്ന സങ്കല്പവുമായി മാത്രം പ്രണയത്തിലാണ് എന്നു കാണാം. അതിൽ പ്രണയികൾ എന്ന വ്യക്തികൾ യഥാർഥത്തിൽ അന്യോന്യം മനസ്സിലാക്കുന്നുണ്ടോ എന്ന കാര്യം സംശയമാണ്. അതുകൊണ്ടാണല്ലോ ഒഥെല്ലോയ്ക്ക് ഡെസ്ഡിമോണയെ അത്രമേൽ പ്രണയിച്ചുകൊല്ലാൻ കഴിഞ്ഞത്.

മറ്റൊന്ന്, നമ്മുടെ പ്രണയസങ്കൽപത്തിൽ പക്വതയോ അനുഭവ ജ്ഞാനമോ ഉള്ള സ്ത്രീപുരുഷന്മാർ ഇല്ല. പ്രണയം എന്നത് പലപ്പോഴും, സ്വയമറിയാത്ത യൗവനത്തിന്റെയും വിപണി നിർമിത ശരീര സങ്കൽപങ്ങളുടെയും ആഴംകുറഞ്ഞ ഒരാഘോഷം മാത്രമായി ചുരുങ്ങുന്നു. അന്യോന്യം ഹൃദയം അടിയറവെക്കാതെ ജീവിതത്തിന്റെ കൈയിൽ സ്വയമേൽപിച്ച് അവരവരിൽത്തന്നെ സ്വസ്ഥരും തൃപ്തരും സ്വതന്ത്രരുമായിരിക്കുന്ന രണ്ടുപേരുടെ അന്യോന്യം ബഹുമാനിച്ചും അംഗീകരിച്ചും സഹകരിച്ചും വൈകാരികവും ആത്മീയവുമായി സംരക്ഷിച്ചും പരിലാളിച്ചും. നിൽക്കുന്ന, ജിബ്രാനും റിൽക്കേയും ആലീസ് വേക്കറും ഇറിഗാറേയും മറ്റും സ്വപ്നം കണ്ട തരം പ്രണയം. നമുക്കന്യമാണ്. അതുകൊണ്ടാണ് സ്വാതന്ത്ര്യത്തിലൂന്നുന്നവർ പ്രണയത്തിന്റെ സംഹാരദേവതകളായി മുദ്രകുത്തപ്പെടുത്തത്.

പുരുഷന്റെ ലോകം സ്ത്രീയെക്കവിഞ്ഞു നിൽക്കുമ്പോൾ സ്ത്രീയുടേത് അയാളിൽ മാത്രം ഒതുങ്ങിനിൽക്കണം എന്നു പറയുന്നതിലെ ന്യായം എന്താണ്? അവൾക്കുമുണ്ട് ആകാശത്തോടും കടലിനോടും വഴിത്താരകളോടും കാലത്തോടും കലയോടും ശാസ്ത്രത്തോടും ദൈവത്തോടും നേരിട്ടു പറയാൻ ഒരുപാടു കാര്യങ്ങൾ. ആ ഭാഷ തേടിക്കണ്ടെത്താൻ അവളെ അനുവദിക്കാതെ, എല്ലാം പുരുഷന്റെ കണ്ണിലൂടെ കാണാനും അയാളുടെ വാക്കുകളിൽ പറയാനും ആവശ്യപ്പെടുന്നതിൽ എന്തർഥം?

പുരുഷൻ നാർസിസസ്സിനെപ്പോലെ, സ്ത്രീയിലും തന്നെത്തന്നെ, തന്റെ ലോകവീക്ഷണത്തെ, താൽപര്യങ്ങളെ തന്നെ സ്നേഹിച്ചുകൊണ്ടിരിക്കുന്നു. അയാളുടെ വാരിയെല്ലിൽനിന്നുരുവാകാത്ത, അവളിൽത്തന്നെ വേരുകളുള്ള ഒരു സ്ത്രീയെ അറിയുമ്പോഴേ യഥാർത്ഥ പാരസ്പര്യവും ലയവും കൈവരൂ എന്ന സത്യം അയാൾ മനസ്സിലാക്കുന്നില്ല

സ്ത്രീക്കുവേണ്ടി സംസാരിക്കുമ്പോൾ അത് പുരുഷനെതിരായ ഭാഷണം എന്നു തോന്നുന്നത്, താനിന്ന് കൈയാളുന്ന അധികാരം നഷ്ടപ്പെടുമോ എന്ന് അയാൾക്കുള്ള പേടികൊണ്ടാണ്. എന്നാൽ ജനാധിപത്യമൂല്യങ്ങൾക്കുവേണ്ടി ശക്തമായി നിലകൊള്ളുന്ന ഒരു പുരുഷനിൽ സ്ത്രീവാദം അത്തരമൊരു അരക്ഷിതത്വം ഉളവാക്കുകയില്ല. പുരുഷകേന്ദ്രിത വ്യവസ്ഥയെ പുനഃപരിശോധനയ്ക്കു വിധേയമാക്കാത്ത സ്ത്രീകളിലും കാണാം ഇത്തരമൊരു ഉത്കണ്ഠ. പ്രവൃത്തികളിലും ജീവിതശൈലിയിലും കലയിലും ഒക്കെ ഏറെ സ്വതന്ത്ര

കളായിരിക്കുന്ന സ്ത്രീകൾപോലും 'ഞാനൊരു ഫെമിനിസ്റ്റല്ല' എന്നു പറയാൻ ബദ്ധപ്പെടുന്നത് കാണാം. ബുദ്ധിപരമായ ഒരുതരം അലസതയാവണം അതിന് പിന്നിൽ.

'വിഭജിച്ചു ഭരിക്കുക' എന്നത് അധികാരത്തിന്റെ എന്നത്തേയും കുടിലതന്ത്രമാണ്. ഒരു പുരുഷനിലൂടെ കടന്നുവേണം സ്ത്രീക്കെപ്പോഴും മറ്റൊരു സ്ത്രീയിലെത്താൻ എന്നു പറഞ്ഞുപഠിപ്പിച്ചിരിക്കുന്നു. അമ്മായിയമ്മയായും നാത്തൂനായും ഒരേ പുരുഷനെ മോഹിക്കുന്ന രണ്ട് പെണ്ണുങ്ങളായും അവന് വേണ്ടി അവരെപ്പോഴും പോരടിക്കുകയാണത്രെ! കഥയായ കഥ മുഴുവൻ ഇങ്ങനെ പറയുമ്പോൾ വിശ്വസിക്കാൻ, ആ കണ്ണടയിലൂടെത്തന്നെ നോക്കാൻ എന്തെളുപ്പം! എന്നാൽ, ഈ അതിപുരാതന കണ്ണട ഒന്നുമാറ്റി നോക്കി ആലീസ് വോക്കർ. അങ്ങനെയാണ് വിശ്വവിഖ്യാതമായ 'ദ കളർ പേർപ്പ്ൾ' എന്ന കൃതി ജനിക്കുന്നത്. ആ നോവലിൽ, ഭർത്താവിന്റെ കാമുകി ഭാര്യയുടെ ഏറ്റവും പ്രിയപ്പെട്ട വഴികാട്ടിയായിത്തീരുന്നു. ക്ലിയോപാട്രയ്ക്ക് തന്റെ കാമുകൻ ആന്റണിയുടെ ഭാര്യയായ ഒക്ടേവിയയെ സ്നേഹിക്കാൻ കഴിഞ്ഞിരുന്നെങ്കിൽ ഷേയ്ക്സ്പിയറുടെ ആ ദുരന്തനാടകം മറ്റൊന്നാകുമായിരുന്നല്ലോ എന്ന് വേർജിനിയാ വൂൾഫ് അദ്ഭുതപ്പെട്ടതോർക്കുന്നു.

പ്രണയത്തിനപ്പുറം ഒന്നുമില്ലെന്നാണ് നാം പെൺകുട്ടികളെ പഠിപ്പിക്കുന്നത്. അതിന് മുന്നിൽ നിങ്ങളുടെ ജീവിതത്തിലെ മറ്റു നേരുകളും നന്മകളും സൗഭാഗ്യങ്ങളും ഒക്കെ നിഷ്പ്രഭമാണെന്ന്. എന്നാൽ പ്രണയത്തിനപ്പുറവും ഇപ്പുറവും പലതുമുണ്ടെന്നറിയുമ്പോഴേ അവളുടേതൊരു നിറഞ്ഞ വ്യക്തിത്വമാവൂ എന്നും അപ്പോഴേ പ്രണയത്തിനുപോലും ആഴവും ദീർഘായുസ്സുമുണ്ടാവൂ എന്നും നാമവളോട് പറയണം. നീ ആരെ വിവാഹം കഴിക്കാനാഗ്രഹിച്ചുവോ അയാൾ തന്നെയായിത്തീരുക എന്ന മന്ത്രം ഒരു സ്ത്രീവാദി പ്രണയനൈരാശ്യത്തിലകപ്പെട്ട പെൺകുട്ടികൾക്ക് നൽകിയത് പുരുഷാധിപത്യസമൂഹം ദമനം ചെയ്യുന്ന അവരിലെ ഈ വികാസവാഞ്ഛയെ വിളിച്ചുണർത്താനാണ്.

ഒരു ബോധവിപ്ലവത്തിലൂടെ മോചിതയാകുന്നവൾ, സ്വയം പ്രകാശിക്കുന്നവൾ ഭയപ്പെടേണ്ടവളല്ല. യക്ഷിയോ ദുർമന്ത്രവാദിനിയോ അല്ല. നിങ്ങളെന്നും ഏറെ തരളമായും എന്നാൽ നിഷ്ഫലമായും സ്വപ്നം കണ്ടിരുന്നവൾ തന്നെയാണെന്ന് പുരുഷസുഹൃത്തേ, നിങ്ങൾ എന്നാണ് തിരിച്ചറിയുക?

●

ജീവിതമധു വിഷമയമാവുമ്പോൾ

ഒരു വ്യക്തിയിലൂടെ ലോകത്തെ മുഴുവൻ നമുക്ക് പ്രണയിക്കാം. ഒരു വ്യക്തിയിലൂടെ ലോകത്തെ മുഴുവൻ നമുക്കു വെറുക്കുകയും ചെയ്യാം. അമ്മയുടെ ആൺസുഹൃത്തിനാൽ പീഡിപ്പിക്കപ്പെട്ടതിനെത്തുടർന്ന് വർഷങ്ങളോളം ലോകത്തോട് മിണ്ടാതായ മായാ ആൻജലൂ എന്ന ചെറിയ പെൺകുട്ടിയെ ഓർക്കുന്നു. ഉച്ചത്തിൽ കഥയും കവിതയും വായിപ്പിച്ച് ലോകവുമായുള്ള അവളുടെ അറ്റുപോയ കണ്ണികൾ വിളക്കിച്ചേർത്ത, വാക്കുകളിലേക്ക് മടങ്ങി വരാൻ അവളെ സഹായിച്ച മിസ്സിസ്സ് ഫ്ളവേഴ്സ് എന്ന അയൽക്കാരിയായ അധ്യാപികയേയും. ആ വല്ലാതെ മുറിവേറ്റ കുഞ്ഞ് പിന്നീട് ലോകത്തിന് അതിജീവനമന്ത്രങ്ങൾ അനവധി പകർന്നു നൽകിയ വലിയൊരെഴുത്തുകാരിയായിത്തീർന്നു.

ഒരു കുഞ്ഞുമനസ്സിന് വളരാൻ സംരക്ഷണത്തിന്റെ പാൽമാത്രം പോരാ, ജീവിതവിശ്വാസത്തിന്റെ തേനും ആവശ്യമാണെന്ന് മനസ്സുകളെ പഠിച്ച എറിക്ക് ഫ്രോം. ആ തേൻ പലപ്പോഴും പാൽ തരുന്ന അമ്മയിലൂടെയാവില്ല, അക്ഷര ലോകം സമ്മാനിക്കുന്ന അധ്യാപകരിലൂടെയാവും കുട്ടികളിലേക്ക് ഇറ്റിറ്റു വീഴുക. എന്നെ എനിക്കു തന്നെ കാണിച്ചുതരുന്ന തെളിഞ്ഞ കണ്ണാടികളാണവർ. എന്നിലെ എന്നെ എന്നേക്കാൾ മുമ്പേ കണ്ടെത്തുന്നവർ. ആത്മാവിനെ തൊട്ടുണർത്തേണ്ടവർ ശരീരത്തിൽ പരതി നടക്കുന്ന അവിഹിതവിരലുകളാവുന്ന ആ അധഃപതനത്തിന് എന്തുപേരാണ് നൽകുക?

എങ്കിലും ഇവിടേയും മാനുഷികമായതൊന്നും എനിക്കന്യമല്ല എന്നൊരു വിനയം സൂക്ഷിക്കുന്നതായിരിക്കും ഉചിതം. മനസ്സിന്റെ ഇരുണ്ട ആഴങ്ങൾ സ്വന്തം ഉള്ളിലേക്കു നോക്കുന്ന ഏതു സത്യസന്ധനായ മനുഷ്യനേയും അമ്പരപ്പിക്കുകതന്നെ ചെയ്യും.

എങ്കിലും ആ ഇരുട്ട് പുറത്തേക്കൊഴുക്കാൻ, മറ്റൊരു വെളിച്ചം അതുപയോഗിച്ച് മുക്കിക്കളയാൻ ശ്രമിക്കുന്നതിനു മുൻപേ നിങ്ങളിലെ ദൈവവും മനുഷ്യനും ഉണർന്നേ പറ്റൂ. അതിനു കഴിയുന്നുണ്ടോ ഇല്ലയോ എന്നിടത്താണ് മനുഷ്യരിലെ വ്യത്യസ്തത എന്നു തോന്നുന്നു. യുങ്ങ് ചൂണ്ടിക്കാണിച്ചതുപോലെ, ഒരേ കാലത്ത് ജീവിക്കുമ്പോഴും

മനുഷ്യമനസ്സുകൾ പല കാലങ്ങളിലേതാണ്. പല തലങ്ങളിലാണ്. സമകാലിക മനസ്സുവെച്ച് ഒരു ശിലായുഗമനസ്സിന്റെ ഉടമയോട് സംഭാഷണത്തിലേർപ്പെടുന്നത് ഒരുപാട് ഊർജ്ജനഷ്ടം ഉണ്ടാക്കും. നിങ്ങൾക്ക് അയാളേയും അയാൾക്ക് നിങ്ങളേയും മനസ്സിലാവാൻ ബുദ്ധിമുട്ടാണ്. എങ്കിലും പ്രത്യേക ബുദ്ധന്മാരായി മാറി നിൽക്കാതെ നമുക്കവരെക്കൊണ്ട് മനസ്സിലാക്കിക്കാനുള്ള കഠിനശ്രമം തുടരേണ്ടതുണ്ട്.

സ്ത്രീവാദം തിരിച്ചറിയുന്ന പോലെ പുരുഷാധിപത്യത്തിന്റെ സ്വാഭാവികപരിണതിയാണ് ബലാൽസംഗം. സ്ത്രീയുടെ വസ്തുവൽക്കരണമാണ് നമ്മുടെ പരസ്യങ്ങളും സിനിമകളും സാഹിത്യവുമൊക്കെ സാധിച്ചെടുക്കുന്നത്. അവളുടെ കർത്തൃത്വം, ബുദ്ധി, മനസ്സ്, ആത്മാവ് ഒക്കെയും തമസ്ക്കരിക്കപ്പെടുന്നു. അവൾ കാണപ്പെടുന്ന രൂപം മാത്രമാവുന്നു. ആ പ്രസിദ്ധമായ ബുദ്ധിസ്റ്റ് കഥയിലെപ്പോലെ വഴിയിലൂടെ പോകുന്ന സ്ത്രീയെ നോക്കി അതാ പോകുന്നു ഒരസ്ഥികൂടം എന്ന ആഴക്കാഴ്ച അത്രക്ക് എളുപ്പമല്ലെന്നറിയാം. എങ്കിലും അതാ പോകുന്നു എന്നെപ്പോലൊരാൾ എന്നു തോന്നാനുള്ള ജനാധിപത്യ ബോധം ആണുങ്ങൾക്കുണ്ടായേ പറ്റൂ.

കണ്ടില്ലേ, ലോകം ചീത്തയാണ്. അതിനാൽ വീടിന്റെ നാലുചുമരുകൾക്കകത്തേക്ക് മടങ്ങുക, ആണുങ്ങളില്ലാതെ പുറത്തിറങ്ങാതിരിക്കുക. ഇരുട്ടും മുമ്പേ കൂടണയുക എന്നൊക്കെപ്പറയുന്ന പാരമ്പര്യവാദികൾക്കൊപ്പമല്ല ഒരിക്കലും സ്ത്രീവാദി. സീമോങ്ങ് ദ ബൂവ എഴുതിയപോലെ, പുരഷൻ എന്ന ഇടനിലക്കാരനിലൂടെയല്ല അവൾ പ്രപഞ്ചവുമായി സംവദിക്കുന്നത്. എന്റെ ഇടത്തിൽ എന്റെ സമ്മതം കൂടാതെ അതിക്രമിച്ചു കയറാൻ നിങ്ങൾക്കെന്തവകാശം എന്ന് ചോദിക്കുന്ന 'തന്റേടി' യാണവൾ. നിവേദിത മേനൻ പറയുന്നതുപോലെ ബലാത്സംഗം ചെയ്തയാൾ ഇരയെ വിവാഹം കഴിക്കുന്നതോടെ തീരും സദാചാരവാദികളുടെ പ്രശ്നം. എന്നാൽ അത് ഒരു പ്രശ്നപരിഹാരമേയല്ല സ്വത്വമുള്ള സ്ത്രീക്ക്.

ബലാൽസംഗത്തിന്റെ ഇരയല്ലെങ്കിലും ആൺകോയ്മാ സമൂഹത്തിൽ ഏതു പെണ്ണും ബലാൽസംഗഭീഷണിയുടെ ഇരയാണ് എന്ന് സൂസൻ ബ്രൗൺമില്ലർ വാദിക്കുന്നത് വളരെ ശരിയാണ്. ഈ ബോധം സ്ത്രീയെ എപ്പോഴും ജാഗരൂകയാക്കുന്നുണ്ട്. അവളുടെ സ്വാസ്ഥ്യം കെടുത്തുന്നുണ്ട്. രാത്രി ട്രെയിനിൽ അപരിചിത പുരുഷന്മാർക്കൊപ്പം ഒറ്റക്കാവുമ്പോൾ അവൾ ഉറങ്ങാറില്ല.

ശാരീരികതയുടെ ഈ ഇരുണ്ട സമൂഹഭൂപടത്തിൽ സ്ത്രീ എവിടെയാണ് അവളുടെ ലൈംഗികതയുടെ വെളിച്ചം നിറഞ്ഞ ദ്വീപുകൾ അടയാളപ്പെടുത്തുക? മനസ്സുകൾ പരസ്പരം പുണരുന്നതിൻ മുൻപേ ശരീരങ്ങൾ മൃഗതുല്യം ഇണചേരുന്ന ആദ്യരാത്രികളിൽ അശ്ലീലം കാണാൻ നമുക്കിപ്പോഴും കഴിയുന്നില്ലല്ലോ. ഒരേ സമയം ഭോഗവും മോക്ഷവുമാകുന്ന യഥാർത്ഥ പ്രണയം (ആശാന്റെ നളിനിയെ ഓർക്കുക) കവിതയിൽ നിന്ന് ജീവിതത്തിലേക്കിറങ്ങി വന്നാൽ നാമതിനെ കല്ലെറിയും, കുരിശിലേറ്റും. എന്നാൽ സാഹിത്യത്തിൽപ്പോലും ഇവയെല്ലാം അപ്രത്യക്ഷമാവുകയാണ് എന്നതാകുന്നു മലയാളിയുടെ വർത്തമാന കാലദുരന്തം.

●

സ്ത്രീകളിലെ മാനസികസമ്മർദ്ദം: ഒരു സ്ത്രീപക്ഷ വായന

മാനസികസമ്മർദത്തിന് നൽകപ്പെടുന്ന Prozac എന്ന മരുന്ന് കൂട്ടിലിട്ട മൃഗങ്ങൾക്കും നൽകാറുണ്ടെന്ന് തന്റെ 'The whole Woman' എന്ന കൃതിയിൽ പ്രശസ്ത ഫെമിനിസ്റ്റായ ജേർമെയ്ൻ ഗ്രിയർ (Gemaine Greer) പറയുന്നുണ്ട്. കൂടിന്റെ ഇടുങ്ങിയ ലോകത്ത് മൃഗങ്ങൾ വല്ലാതെ അസ്വസ്ഥരാകുന്നതുകൊണ്ടാണ് ഈ ചികിത്സ വേണ്ടിവരുന്നത്. എന്നാൽ, സ്ത്രീകളുടെ കാര്യത്തിൽ വ്യക്തിയുടെ വൈകാരികജീവിതത്തിലെ താളക്കേടുകൾ എന്ന നിലയ്ക്കാണ് പിരിമുറുക്കം പൊതുവേ കൈകാര്യം ചെയ്യപ്പെടുന്നത്. സ്ത്രീക്ക് സ്വാതന്ത്ര്യം നിഷേധിക്കുന്ന സാമൂഹികാവസ്ഥ അതിന് ഏതെങ്കിലും തരത്തിൽ കാരണമാവുന്നുണ്ടോയെന്ന് പരിശോധിക്കാൻ ചികിത്സകർ തയ്യാറാവുന്നില്ല, പുരുഷകേന്ദ്രീകൃത സമൂഹങ്ങളിലെ സ്ത്രീയും ഒരു കൂട്ടിലിട്ട മൃഗമാണ്. അതുകൊണ്ടുതന്നെ അവൾക്കുണ്ടാകുന്ന പല മാനസികമായ അസ്വാസ്ഥ്യങ്ങളുടെയും വേരുകൾ സമൂഹത്തിൽകൂടി ചികയേണ്ടതുണ്ട്.

മലയാളികളുടെ സ്ത്രീസങ്കൽപം എന്താണ്? യൗവനയുക്ത, സുന്ദരി, അനുസരണയുള്ള മകൾ, പതിവ്രത, തന്നെമറന്ന് കുടുംബത്തെ സേവിക്കുന്ന വീട്ടമ്മ എന്നിങ്ങനെ നീണ്ടുപോവുന്നു അത്. ഈ സങ്കൽപത്തെ പ്രോക്രസ്റ്റീസിന്റെ കട്ടിലിനോടുപമിക്കാം. പ്രോക്രസ്റ്റീസ് എന്ന പുരാതനകാലത്തെ കള്ളൻ, തന്റെ ഇരകളെ ഒരു ചെറിയ ഇരുമ്പുകട്ടിലിൽ ബലമായി കിടത്തും. എന്നിട്ട് അതിൽ നിന്ന് പുറത്തേക്ക് സ്വാഭാവികമായും തള്ളിനിൽക്കുന്ന ശരീരഭാഗങ്ങൾ ഛേദിക്കും, സമൂഹത്തിന്റെ സ്ത്രീസങ്കൽപമെന്ന പീഡനോപകരണത്തിൽ സ്ത്രീയെന്ന വ്യക്തിയെ ഒതുക്കാൻ ശ്രമിക്കുമ്പോൾ അവളനുഭവിക്കുന്ന സമ്മർദം വിശകലനം ചെയ്യപ്പെട്ടേ മതിയാവൂ.

താൻ തികഞ്ഞ സുന്ദരിയാണെന്ന ആത്മവിശ്വാസം അങ്ങേയറ്റം സുന്ദരികളായി കണക്കാക്കപ്പെടുന്ന സ്ത്രീകൾക്കുപോലും ഇല്ല എന്ന് 'The Beauty Myth' എന്ന പഠനഗ്രന്ഥം രചിച്ച നയമി വൂൾഫ് പറയുന്നു. എന്നാൽ 'കൊട്ടാളരിൽ കാപ്പിരി കാമദേവൻ' എന്നുപറഞ്ഞപോലെ (കാപ്പിരി കാട്ടാളനാണെന്ന വിവക്ഷയോട് യോജിക്കാതെ തന്നെ), ലോകത്തെല്ലാവർക്കും സ്വീകാര്യമായ ഒരു സൗന്ദര്യസങ്കൽപം ഇല്ല എന്നതാണ് സത്യം. ഓരാൾക്ക് സുന്ദരമായി തോന്നുന്നത്, മറ്റൊരാൾക്ക് അങ്ങനെ ആയിക്കൊളളണമെന്നില്ല. അപ്പോൾപ്പിന്നെ പരസ്യങ്ങളിലൂടെ നമ്മിലേക്കുവരുന്ന സ്ത്രീസൗന്ദര്യ സങ്കൽപങ്ങൾ ആരുടെ നിർമിതിയാണ്? കോസ്മെറ്റിക് ഇൻഡസ്ട്രിയുടെ എന്നാണ് ഉത്തരം, സൗന്ദര്യസംവർധക വസ്തുക്കൾ എന്നുപറയപ്പെടുന്നവ വലിയതോതിൽ ഉൽപാദിപ്പിക്കുന്നവരുടെ വിപണനതന്ത്രങ്ങൾക്ക് ഇരകളാക്കപ്പെടുകയാണ് സ്ത്രീകൾ. സ്വന്തം ആരോഗ്യത്തിനുപോലും വിഘാതമാവുന്ന രീതിയിൽ അവർ ഭക്ഷണക്രമീകരണം നടത്തുന്നു. വസ്ത്രങ്ങളും പാദരക്ഷകളും ക്രീമും സോപ്പും ലോഷനും ഉപയോഗിക്കുന്നു. അങ്ങനെ പ്രണയ, വിവാഹ കമ്പോളങ്ങളിൽ, ദാമ്പത്യത്തിൽ തങ്ങളുടെ മാറ്റ് കുറയാതിരിക്കാൻ കഷ്ടപ്പെടുന്നു. ആന്തരികവളർച്ചയ്ക്ക് ഉപയോഗിക്കേണ്ട ഊർജം, സമയം, ധനം എന്നിവ നല്ല ബാർബിഡോളുകൾ ആയിരിക്കാൻ വേണ്ടി സ്ത്രീകൾ വ്യയം ചെയ്യുന്നു. സ്വന്തം ശരീരത്തിന് പറയാനുള്ളത് കേൾക്കാൻ അവർക്ക് കാതുകളില്ല. നിത്യയൗവനം എന്നത് പ്രകൃതി അംഗീകരിക്കാത്ത ഒരു മിഥ്യയാണെന്ന തിരിച്ചറിവില്ല. സ്വന്തം ശരീരത്തെ സംബന്ധിച്ച ഇത്തരം യാഥാർത്ഥ്യബോധമില്ലായ്മയാണ് സ്ത്രീകളിൽ മാനസികസമ്മർദം ഉണ്ടാക്കുന്ന ഒരു പ്രധാന ഘടകം.

സാഹിത്യവും സിനിമയും കലാകാലങ്ങളായി പകർന്നുനൽകുന്ന ഊതിവീർപ്പിക്കപ്പെട്ട കാല്പനിക പ്രണയസങ്കൽപങ്ങളാണ് സ്ത്രീയുടെ മറ്റൊരു ശാപം. താൻ ജനിച്ചതേ പ്രണയസായൂജ്യത്തിന് വേണ്ടിയാണെന്ന് അവൾ ധരിക്കുന്നു. എന്നാൽ, എന്താണ് പുരുഷാധിപത്യത്തിൻ കീഴിൽ പ്രണയം? അത് പിടിച്ചടക്കലിന്റെ, സ്വന്തമാക്കലിന്റെ തത്വശാസ്ത്രമാണ്. അത് പലപ്പോഴും ഏറ്റവും ഹിംസാത്മകമായി ഒരു ആസിഡ് ബൾബിലോ കൊലയിലോ ആത്മഹത്യയിലോ പര്യവസാനിക്കുന്നു. പ്രണയിക്കുന്നയാളെ ഏതവസ്ഥയിലും മനസ്സലിവോടെ കാണാൻ സാധിക്കാത്ത പ്രണയം ആ പേരർഹിക്കുന്നുണ്ടോ? ഒരിക്കൽ ഒരാളിൽ നാം കണ്ടെത്തുന്ന അനന്യതയുടെ സൗന്ദര്യം, ഒരു നക്ഷത്രത്തിന്റെയോ കടലിന്റെയോ സൗന്ദര്യം ആസ്വദിക്കുന്നതുപോലെ കൈപ്പിടിയിൽ ഒതുക്കാതെതന്നെ നുകരാൻ നമുക്ക് കഴിയേണ്ടതല്ലേ? അത്തരം ഒരു മാനുഷികധന്യതയ്ക്കുള്ള പേരല്ലേ പ്രണയം.? പ്രണയിക്കുന്നയാളെ തന്റേത് മാത്രമാക്കാനുള്ള തത്രപ്പാടിൽ സംശയമായും വെറുപ്പായും പകയായും ആത്മനിന്ദയായുമൊക്കെ പെട്ടെന്ന് പരിണമിക്കുന്ന ഒരു ക്ഷുദ്രവികാരത്തെ എങ്ങനെയാണ് പ്രണയം എന്ന മനോഹരമായ വാക്കുകൊണ്ട് വിവക്ഷിക്കുക?

സ്ത്രീകളുടെ മനസ്സ് ഊഷരമാവുന്നതിന്റെ മറ്റൊരുകാരണം സൗഹൃദത്തിന്റെ അഭാവമാണ്. വിവാഹം കഴിഞ്ഞ സ്ത്രീയുടെ എല്ലാ വൈകാരികാവശ്യങ്ങളും നിവർത്തിക്കാൻ ഭർത്താവിന് കഴിയും എന്ന വലിയൊരു മൗഢ്യം സമൂഹം വെച്ചുപുലർത്തുന്നു. ഇത് ശരിയല്ല. സ്ത്രീകളും പുരഷന്മാരുമായി ധാരാളം സുഹൃത്തുക്കൾ നമുക്ക് എല്ലാ കാലത്തും ഉണ്ടായിരിക്കണം. ഒരു സ്ത്രീയുടെ ജീവിതത്തിന്റെ സമസ്തമേഖലകളിലും ഭർത്താവിന് സർവാധികാരം നൽകുന്നതാവരുത് നമ്മുടെ വിവാഹസങ്കൽപം. അവളിലെ ഭാര്യയുടെ മേൽ മാത്രമാണ് അയാൾക്ക് അവകാശമുള്ളത്. അവളിൽ മകൾ, സഹോദരി, അമ്മ, ഉദ്യോഗസ്ഥ, കലാകാരി, സുഹൃത്ത് എന്നിങ്ങനെ ഒരുപാട് വ്യക്തിത്വങ്ങൾ ഉണ്ടാവും. അവരൊക്കെ സ്വതന്ത്രരായിരിക്കണം. അപ്പോഴേ അവൾ ഒരു പൂർണവ്യക്തിയാവുന്നുള്ളൂ, നമ്മുടെ സമൂഹത്തിൽ പുരുഷന് ഈയൊരു വളരലും പൂവിടലും പടരലും സാധ്യമാവുന്നുണ്ടെങ്കിലും സ്ത്രീ പലപ്പോഴും ഭാര്യ എന്ന ബോൺസായ് ആയി വെട്ടിയൊതുക്കപ്പെടുകയാണ്.

നമ്മുടെ തെറ്റായ മാതൃസങ്കൽപവും സ്ത്രീയിൽ, ഹെലൻ സിസൂ (Helene Cixous) എന്ന ഫ്രഞ്ച് ഫെമിനിസ്റ്റ് ചിന്തക ചൂണ്ടിക്കാണിച്ച പോലെ, anti -narcissism വളർത്തുന്നു. സ്വയം സ്നേഹിക്കാനുള്ള കഴിവില്ലായ്മ എന്നതിനെ വിളിക്കാം. ത്യാഗമാണ് എന്നും എവിടെും അമ്മയ്ക്ക് പറഞ്ഞിട്ടുള്ളത്. അത് അവളിൽ നിറയ്ക്കുന്ന കയ്പ് ആരും കാണുന്നില്ല. സ്വയം സ്നേഹിക്കുന്നവർക്കേ മറ്റുള്ളവരെ ശരിക്കും സ്നേഹിക്കാൻ കഴിയൂ എന്ന സത്യം മനസ്സിലാക്കപ്പെടുന്നില്ല. സംതൃപ്തമായ ഒരു അമ്മായിയമ്മ ഒരിക്കലും മരുമകളെ ശത്രുവായി കാണുകയില്ല. അല്പം ഉല്ലസിക്കുമ്പോൾ സ്ത്രീ അറിയാതെ എന്തോ ഒരു കുറ്റബോധം അവളിൽ നിറയുന്നു. ശകുന്തളയെ മറന്നതിന് ഒരു മോതിരത്തിന്റെ അവിശ്വസനീയമായ കഥ പറഞ്ഞ് ദുഷ്യന്തനെ കുറ്റവിമുക്തനാക്കുന്ന സാഹിത്യം, ഒരു പുരുഷനെ ആത്മാർഥമായി എന്നും സ്നേഹിച്ചതിന്റെ പേരിൽ കറുത്തമ്മയെയും ലീലയെയും ഭർത്തൃഘാതകരാക്കുന്നു. ഇതിലെ പുരുഷതന്ത്രം ബുദ്ധിയുള്ള സ്ത്രീ തിരിച്ചറിയണം. അനാവശ്യമായ കുറ്റബോധം ഉളവാക്കിയാണ് സമൂഹം സ്ത്രീയെ അസ്വതന്ത്രയാക്കുന്നത്. ഈ ചങ്ങല പൊട്ടിച്ചെറിയാൻ അവൾക്ക് കഴിയും. സ്വന്തം യുക്തിബോധം വേണ്ടവിധത്തിൽ ഉപയോഗിക്കണമെന്നുമാത്രം.

വീടിനുപുറത്തുള്ള ലോകം നിന്റേതല്ല എന്ന് സമൂഹം നിരന്തരം ഒളിച്ചും തെളിച്ചും സ്ത്രീയോട് പറഞ്ഞുകൊണ്ടിരിക്കുന്നു. മനസ്സ് തിരിതാഴ്ന്നു മയങ്ങുമ്പോൾ ഒന്ന് ഒറ്റയ്ക്ക് പുറത്തിറങ്ങി നടക്കാനോ സിനിമ കാണാനോ കടൽത്തീരത്ത് ചെന്നിരിക്കാനോ ഹോട്ടലിൽ കയറാനോ ഒന്നും ആരുമവളെ പഠിപ്പിച്ചിട്ടില്ല. പീഡനഭീതിയിലാണ് ഏത് പ്രായത്തിലെ സ്ത്രീയും. വന്യമൃഗങ്ങൾ കറങ്ങി നടക്കുന്ന ഒരു കൊടുംകാടുപോലെയാണ് രാത്രിയായാൽ അവൾക്ക് പുറംലോകം. സ്ത്രീയോട് സമൂഹം ചെയ്യുന്ന വലിയ ഒരു അനീതിയാണിത്. എന്നിട്ട്

കൊല്ലുന്ന മുഷിപ്പൊഴിവാക്കാൻ അവൾ ടി.വിക്ക് മുമ്പിലിരുക്കുന്നതിന് അവളെ പരിഹസിക്കുകയും ചെയ്യും. ചിറകുകളരിഞ്ഞിട്ട് 'ഏയ് അവൾക്കെന്ത് പറക്കൽ' എന്ന് ഏറ്റവും നിഷ്കളങ്കനായി അയാൾ ചിരിക്കുന്നു. ആരെങ്കിലും സ്വാതന്ത്ര്യം ഒരു തളികയിൽ വെച്ച് സസന്തോഷം തനിക്കുനേരെ നീട്ടുമെന്ന് സ്ത്രീ പ്രതീക്ഷിക്കുയേ വേണ്ട. അതിനുവേണ്ടി ഒറ്റയ്ക്കും കൂട്ടായുമുള്ള ശ്രമങ്ങൾ നടത്തിത്തന്നെ വേണം അവൾക്ക് ജയിക്കാൻ.

ജലാലുദ്ദീൻ റൂമി എന്ന മഹാനായ മിസ്റ്റിക് പറഞ്ഞ ഒരു കഥയുണ്ട്. ദൈവം ഓരോ മനുഷ്യനെയും ഒരു സന്ദേശവും ഏൽപിച്ച് ഭൂമിയിലേക്ക് അയച്ചിരിക്കയാണ്. എന്നാൽ, ഈ സന്ദേശവാഹകരാവട്ടെ, ഇവിടെയെത്തിയാൽ സ്വധർമം മറന്ന് മറ്റു പലതിനും പിന്നാലെ അലയുന്നു. അപ്പോഴും ഉള്ളിന്റെയുള്ളിൽ അവരോരോരുത്തരും അസ്വസ്ഥരാണ്. എന്തോ കാര്യമായത് മറന്നല്ലോ എന്ന വിഷമം. സ്വയം തിരിച്ചറിയാത്ത, സ്വന്തം സിദ്ധികൾ ഉപയോഗിക്കാത്ത മനുഷ്യരെക്കുറിച്ചാണ് റൂമി ഈ ദൃഷ്ടാന്തകഥ പറഞ്ഞത്. കവിതയെഴുതാനും പാട്ടുപാടാനും നൃത്തം ചെയ്യാനും ഇവിടെ വന്ന്, പാത്രം കഴുകിയും തുണിയലക്കിയും അതൊക്കെ പാടേ മറന്ന്, മാറ്റിവെച്ച എത്രയോ സ്ത്രീകളുണ്ട്. അവർക്ക് വേർജിനിയാ വൂൾഫ് (Virginia woolf) പറഞ്ഞപോലെ സ്വന്തമായൊരു മുറിയും സ്വന്തമായൽപം കാശും വേണം. ആ മുറിയിൽ സ്വസ്ഥമായിരിക്കാൻ സമയവും മനസ്സിന് ഇഷ്ടലോകങ്ങളിൽ പറന്നു നടക്കാൻ സർഗസ്വാതന്ത്ര്യവും വേണം. ചുരുക്കിപ്പറഞ്ഞാൽ, താനൊരു പൂർണവ്യക്തിയാണെന്നും തന്റെ ജീവിതത്തിന് അർഥം നൽകുന്നത് പുരുഷനല്ല, താൻതന്നെയാണെന്നും ഉള്ള ബോധം ഒരു സ്ത്രീ ആർജിക്കുമ്പോൾ മാത്രമേ അവളിലെ സൂര്യൻ ഗ്രഹണത്തിൽ നിന്ന് പുറത്തുവരികയും തെളിഞ്ഞ് പ്രകാശിക്കുകയും ചെയ്യുകയുള്ളൂ.

●

'ലീല' നൂറ്റാണ്ടിനിപ്പുറം ഒരു സ്ത്രീ വായിക്കുന്നു.

1913 ൽ പൂർത്തിയാക്കപ്പെടുകയും 1914 ൽ പ്രസിദ്ധീകരിക്കപ്പെടുകയും ചെയ്ത കുമാരനാശാന്റെ 'ലീല' ഇന്ന് 2014 ൽ വായിക്കുമ്പോഴും കേരളത്തിലെ മിക്ക മധ്യവർഗസ്ത്രീകൾക്കും അത് സമകാലികമായി. എന്തിന്, പുരോഗമനപരമായിപോലും തോന്നും. ഇത് ഒരോ സമയം 'മനുഷ്യകഥാനുഗായി'യായ ഒരു കവിയെന്നനിലയിൽ ആശാന്റെ വിജയവും ഒരു സമൂഹമെന്നനിലയിൽ നമ്മുടെ പരാജയവും കാണിക്കുന്നു. സ്ത്രീയുടെ കാര്യത്തിൽ ആശാന്റെ കാലത്തുനിന്ന് നാം ഏറെയൊന്നും മുന്നോട്ടു പോയിട്ടില്ലെന്നർഥം.

സ്ത്രീയെ അടിസ്ഥാനപരമായി ഭോഗവസ്തുവായി കാണുന്ന വെൺമണി ശൃംഗാരത്തിൽനിന്ന് മലയാളി വനിതയ്ക്ക് മോചനം നൽകി കുമാരനാശാൻ എന്ന കവി. അദ്ദേഹം ആദ്യകാലത്ത് 'കാമിനീഗർഹണം' പോലൊരു കവിതയെഴുതിയത് സ്ത്രീക്കെതിരായിട്ടല്ല, വെൺമണിക്കവിതയിലെ സ്ത്രീസങ്കല്പത്തിനെതിരായിട്ടാണെന്ന് തിരിഞ്ഞുനോക്കുമ്പോൾ തോന്നുന്നു. ആശാന്റെ കാവ്യങ്ങളിൽ ബോധവതിയായ ഒരു സ്ത്രീക്ക് ഒരിക്കലും അവലംബിക്കാൻ കഴിയാത്ത കൃത്രിമമായ ശൃംഗാരചേഷ്ടകളില്ല. മനസ്സ് പറയുന്നതുപോലെ പ്രവർത്തിക്കുന്നവരാണ് ആ നായികമാർ. അതിനൊത്തതാണ് അവരുടെ ശരീരഭാഷയും. തന്റെ പ്രണയം തിരിച്ചറിയാത്ത ദിവാകരനുമുന്നിൽ പാവം നളിനിയുടെ മുഖം വിളറുന്നതും കറുക്കുന്നതും ചുകക്കുന്നതും പിന്നെ മഞ്ഞളിക്കുന്നതും എത്ര കൃത്യമായാണ് ആശാൻ വരിച്ചിടുന്നത്! നളിനിക്കും ലീലക്കുമൊക്കെ സ്ഥിരസ്നേഹം സാധ്യമാകുന്നത് ആത്മവഞ്ചന അറിയാത്തവരായതുകൊണ്ടാണ്. സ്വത്വമാണല്ലോ സ്നേഹത്തിന് വേരുറപ്പിക്കാനുള്ള മണ്ണ്.

'നളിനി'യിൽ ചിത്രീകരിച്ചിരിക്കുന്നത് സാത്വിക പ്രണയവും 'ലീല'

യിലേത് രാജസപ്രണയവും എന്ന് 'ലീല' യുടെ മുഖവുരയിൽ ആശാൻ: 'ഒന്ന് ശാന്തമായ സുഗന്ധവും ഉദാത്തമായ ശോഭയുമുള്ള താമരപ്പൂവ്, മറ്റേത് പ്രകടമായ സൗരഭ്യവും ഉജ്ജ്വലമായ കാന്തിയുമുള്ള ചെമ്പകപ്പൂവ്.' രാജസത്തിന്റെ വർണസമൃദ്ധി 'ലീല'യെ കൂടുതൽ ജീവസ്സുറ്റ ഒരു കാവ്യമാക്കുന്നു. മിൽട്ടന്റെ നരകത്തിലേക്ക് പതിച്ച മാലാഖക്ക് സ്വർഗസ്ഥനായ ദൈവത്തോക്കാൾ മിഴിവുവന്ന പോലെ. 'ലീല' എന്ന പേരും ശ്രദ്ധേയമാണ്. ഫ്രോയ്ഡിന്റെ ആനന്ദതത്ത്വത്തോടും (Pleasure Priciple)പ്രണയോർജത്തോടും (libido) അതിനുള്ള ബന്ധം കാണാതിരുന്നുകൂടാ.

പന്ത്രണ്ടാം നൂറ്റാണ്ടിൽ പേർഷ്യയിൽ ജീവിച്ചിരുന്ന നിസാമി എന്ന കവിയുടെ 'ലൈലയും മജ്നൂനും' എന്ന ഇതിഹാസ കാവ്യം ആശാൻ വായിച്ചിട്ടുണ്ടാവില്ല. ഡോ. കുമാരസ്വാമിയുടെ ഒരു ലേഖനവും, കുടെ ച്ചേർത്ത പേർഷ്യൻ കഥാനായികയുടെ ചിത്രവും ആയിരുന്നു അദ്ദേഹത്തെ പ്രചോദിപ്പിച്ചത്. കൽപിതകഥയെന്നാണ് ലീലാകാവ്യത്തെ ആശാൻ വിശേഷിപ്പിക്കുന്നത്. അറേബ്യയിൽ പ്രചാരത്തിലുണ്ടായിരുന്ന നാടോടിക്കഥകളെ ഉപജീവിച്ച് നിസാമി രചിച്ച പ്രണയകാവ്യത്തിൽ നിന്ന് പല വ്യതിയാനങ്ങളും ആശാൻ വരുത്തിയിട്ടുണ്ട്. ലൈലയുടെ പ്രണയം രഹസ്യമല്ല. അവൾ വിവാഹശേഷം ഭർത്താവുമായി ലൈംഗികബന്ധം പുലർത്തുന്നില്ല. വൈദ്യൻ പറഞ്ഞ പഥ്യം പാലിക്കാത്തതുകൊണ്ടാണ് ലൈലയുടെ ഭർത്താവ് മരിക്കുന്നത്. ലൈല മരിക്കുന്നത് അസുഖം ബാധിച്ചാണ്; അവളുടെ ശവകുടീരത്തിൽ കെട്ടിപ്പിടിച്ച് കിടന്ന് മജ്നൂൻ സാവധാനം മണ്ണായിത്തീരുകയാണ്. കഥയിൽ ആശാൻ വരുത്തിയ വ്യത്യാസങ്ങൾ നായികയുടെ മാനസിക വ്യാപരങ്ങൾ കൂടുതൽ സങ്കീർണമായ രീതിയിൽ വരച്ചുകാട്ടാൻ അദ്ദേഹത്തെ സഹായിച്ചു എന്നു കാണാം.

ലീല തന്റെ ഭർത്താവിനെ കൊന്നതാണ് എന്ന വാദം കുട്ടികൃഷ്ണമാരാർ തന്റെ 'ആശാന്റെ ലീല' എന്ന ലേഖനത്തിൽ ഉന്നയിച്ചിട്ടുണ്ട്. ലീലയുമായി താദാത്മ്യപ്പെടാൻ, ലീലയെപ്പോലൊരു സ്ത്രീയിൽ പ്രണയാധിക്യം സ്വന്തം മനുഷ്യത്വത്തെ ജ്വലിപ്പിക്കുകയാണ്, കെടുത്തിക്കളയുകയല്ല ചെയ്യുക എന്നു കാണാൻ മാരാരിലെ പുരുഷനു കഴിഞ്ഞില്ല. കവിക്കുപോലും ഇല്ലാത്ത ഒരു സംശയം അദ്ദേഹത്തിനുണ്ടായത് അതിനാലാവാം. ആശാന്, ഭർത്താവിന്റെ മരണശേഷവും ലീല 'ഗുണനിധി'യും 'കുലനായിക'യും ഒക്കെയായിത്തന്നെ തുടരുന്നു.

സ്ത്രീയുടെ അസ്വതന്ത്രതയും അതിനു കാരണമായ ദേശചര്യയുമാണ് കാവ്യത്തിലെ പ്രതിനായകന്മാർ എന്ന് ആശാൻ വ്യക്തമാക്കുന്നുണ്ട് –'പുരുഷാധിപത്യം' എന്ന ഇന്നത്തെ വാക്ക് ഉപയോഗിക്കുന്നില്ലെങ്കിലും, ജാതിവ്യവസ്ഥയുടെ ഹൃദയരാഹിത്യങ്ങൾ അറിയുന്ന ആശാൻ സ്ത്രീയോട് സമൂഹം കാണിക്കുന്ന അനീതിയും തൊട്ടറിഞ്ഞു എന്നു വേണം കരുതാൻ.'ചിന്താവിഷ്ടയായ സീത'യിൽ ഈ പുരുഷാധിപത്യവിമർശം കൂടുതൽ മൂർത്തരൂപം കൈക്കൊള്ളുന്നു.

ലീലക്ക് മദനനോടുള്ള പ്രണയം അവളുടെ ആത്മാവിഷ്കാരമാണ്.

ആദ്യകാലങ്ങളിൽ സ്ത്രീക്ക് സാധ്യമായിരുന്ന ഒരേയൊരു ആത്മാവിഷ്കാരം അതായിരുന്നുവല്ലോ. ലീലയുടെ പ്രണയം അവളോടൊപ്പം വളരുകയും ദൃഢമാവുകയും ചെയ്യുന്നു. 'രതി' എന്ന പദം ലീലയുടെ വികാരങ്ങളാവിഷ്കരിക്കുമ്പോൾ ആശാൻ വളച്ചുകെട്ടില്ലാതെ ഉപയോഗിക്കുന്നുണ്ട്. പുരുഷന്റെ ലൈംഗികാസ്വാദനത്തിനുമാത്രം പ്രാധാന്യം കൊടുത്തിരുന്ന അന്നത്തെ സാഹിത്യത്തിൽ ഇത് ധീരമായ ഒരു കാൽവെയ്പാണ്. വിവഹത്തോടെ ലീലയുടെ മനസ്സും ശരീരവും ജരാസന്ധന്റെ, തിരിച്ചിട്ടതിനാൽ കൂടിച്ചേരാൻ കഴിയാതെ പോയ ഉടൽപാതികൾ പോലെ പിളർന്നുപോവുന്നത് നാം കാണുന്നു. 'തരംഗലീലയിൽ തടശില പോലെ അലിയാതെ' എന്ന് അവളുടെ വൈവാഹിക ജീവിതത്തിലെ ആനന്ദരാഹിത്യം ആശാൻ സൂക്ഷ്മമായി രേഖപ്പെടുത്തുന്നു.

ഭർത്താവ്, അച്ഛനമ്മമാർ എന്നീ പിതൃബിംബങ്ങളുടെ തിരോധാനം 'കളകൾ പറിച്ചെറിയപ്പെട്ട ചെടിപോലെ' ലീലയുടെ പ്രണയത്തെ വളർത്തി എന്ന് കവി. അവൾ മദനനെ തേടിച്ചെല്ലുന്നു. സഖി ഉപദേശിക്കുന്ന പ്രയോഗിക ബുദ്ധിയുടെയോ, 'സ്ഥിരമാത്മനിബന്ധനം സുഖം/ പരതന്ത്രം സുഖമൊക്കെ ദുഃഖമാം' എന്ന തണുത്ത തത്വത്തിന്റെയോ പാതയല്ല അവളുടേത്, താനാഗ്രഹിക്കുന്ന ജന്മസാഫല്യത്തിനു വേണ്ടിയുള്ള ധീരമായ ഒരു യാത്രയാണത്. 'നിറയും രതി ലോകസംഗ്രഹം കുറിയാക്കാ, സഖി' എന്നവൾ തോഴിക്കു മറുപടി നൽകുന്നു.

ആശാന്റെ പ്രണയികൾ പൊതുവെ കാട്ടിലോ വിജനതയിലോ ഒക്കെയാണ് കണ്ടുമുട്ടുന്നത്. സമൂഹത്തിൽ നിന്ന്, അതിന്റെ ഉപരിതലസ്പർശിയായ സംസ്കാരത്തിൽ നിന്ന് അവരുടെ മാനസികലോകങ്ങൾക്കുള്ള വലുതായ ദൂരം ഇതിലൂടെ വ്യക്തമാവുന്നു. പ്രകൃതിയോടാണ്, സ്വന്തം മനുഷ്യപ്രകൃതിയോടെന്നപോലെ, അവർ ചേർന്നുനിൽക്കുന്നത്. സമൂഹത്തിന്റെ യാന്ത്രികമായ സ്ത്രീപുരുഷ ബന്ധസങ്കൽപങ്ങളോട് അവർക്ക് മമതയില്ല. മൃഗലോകത്തിലെ സ്വച്ഛന്ദപ്രണയം മാതൃകയാക്കാൻ ലീലയും, 'ദുരവസ്ഥ'യിലെ സാവിത്രിയുമൊക്കെ മുതിരുന്നത് അതുകൊണ്ടാണ്.

ആശാന്റെ നായകന്മാർ മിക്കവരും സന്ന്യാസിമാരാണ്. വിവാഹവും കുടുംബജീവിതവും തിരസ്കരിച്ചവർ. മദനൻ സന്ന്യാസിയല്ല. എങ്കിലും ലീലയെ നഷ്ടപ്പെട്ടതോടെ, മനസ്സുതകർന്ന് അയാളും ഒരു ഒറ്റയാനാവുന്നു. ഭാരതത്തിൽ ബ്രഹ്മചാരികളായ സന്ന്യാസിമാർ ഉണ്ടാവുന്നതും ജാതി ഉദ്ഭവിക്കുന്നതും ഒരേ കാലത്താണ് എന്ന് തന്റെ 'ആശാൻ കവിത: ആധുനികാനന്തര പാഠങ്ങൾ' എന്ന കൃതിയിൽ പി. പവിത്രൻ ചൂണ്ടിക്കാണിക്കുന്നുണ്ട്. നിഷേധിക്കപ്പെട്ട ബ്രഹ്മജ്ഞാനം നേടിയെടുക്കുന്നതിലൂടെ ജാതിശ്രേണിയിൽ താഴെയുള്ളവർക്കും ബ്രാഹ്മണനോട് തുല്യത കൈവരുന്നു. ശ്രീ നാരായണ ഗുരുവിൽ സംഭവിച്ചപോലെ. സന്ന്യാസം ആനിലക്ക് ഒരു സാമൂഹിക വിപ്ലവംതന്നെയാവുന്നു. ആശാനെ ഏറെ ആകർഷിച്ച ഈ ഗുരുബിംബം അദ്ദേഹത്തിന്റെ പ്രണയകാവ്യങ്ങളിലെ നായികാനായകന്മാരെ പലപ്പോഴും

ഗുരുശിഷ്യബന്ധത്തിൽ എത്തിക്കുന്നു. പ്രണയത്തെ വെറും സംഭോഗശൃംഗാരത്തിന്റെ തലത്തിൽ നിന്നും ആത്മീയമായ ഒരു തലത്തിലേക്ക് ഇത് ഉയർത്തുന്നുണ്ടെങ്കിലും ലൈംഗികത പാടേ പടിക്കു പുറത്താകുന്നു എന്ന വലുതായ ന്യൂനതയും അതിനുണ്ട്.

സൂക്ഷിച്ച് നോക്കുമ്പോൾ, തിരിച്ച് സ്നേഹിക്കപ്പെടാത്ത, മരണം മാത്രം പ്രണയസമ്മാനമായി ലഭിക്കുന്ന നായികമാരാണ് നളിനിയും ലീലയും വാസവദത്തയും, വലിയൊരളവിൽ സീതയുമൊക്കെ. 'ലീല' വായിക്കുമ്പോൾ ഉത്തരം കിട്ടാത്ത ഒരു ചോദ്യം മനസ്സിലുയരുന്നു. ലീലയെ സ്വപ്നസാക്ഷാത്കാരമായി കൺമുന്നിൽ കണ്ടിട്ടും മദനൻ എന്തിന് അവളെ ത്യജിച്ച് ആത്മഹത്യ ചെയ്തു? 'ഞാൻ ജീവിച്ചിരിക്കെ മദനന് എന്നെവിട്ട് മരിക്കാൻ കഴിയില്ല' എന്ന അവളുടെ വിശ്വാസത്തിന്റെ കടയ്ക്കൽതന്നെയാണ് കത്തിവീഴുന്നത്. അവൾ വിധവയായതുകൊണ്ടാണ്, പരപരിഗ്രഹമായതുകൊണ്ടാണ് എന്നൊക്കെ ഉപരിവിപ്ലവമായ വിശദീകരണങ്ങളാണ് വള്ളത്തോളും മാരാരുമൊക്കെ നൽകുന്നത്.

ആശാനിലെ ജീവിതരതിയുടെ പ്രതീകങ്ങളാണ് എന്നു തോന്നുന്നു അദ്ദേഹത്തിന്റെ നായികമാർ. നായകന്മാരാവട്ടെ കവിക്കുള്ളിലെ ജീവിതവിരക്തിയുടെയും -'ലിബിഡോ' എന്ന ഫ്രോയിഡിയൻ പദവും മൃത്യോർജം (മോർട്ടിഡോ) എന്ന ഫെഡേൺ ഉപയോഗിച്ച പദവും ഇവിടെ പ്രസക്തം. ഈ രണ്ടു ശക്തികൾക്കിടയിലെ സംഘർഷമാണ് ആശാന്റെ ഖണ്ഡകാവ്യങ്ങൾക്ക് നാടകീയത പ്രദാനം ചെയ്യുന്നത്.

ആശാൻ നമുക്കൊരു പുതിയ സ്ത്രീയെ തന്നു. എന്നാൽ, അവൾക്ക് തുല്യനായ ഒരു പുതിയ പുരുഷനെ ഇന്നും മലയാളസാഹിത്യം കാത്തിരിക്കുകയാണ്. പക്വമായ ഒരു സ്നേഹം ലീലക്കു നൽകാൻ മദനന് കഴിയുന്നില്ല. തന്റേതുപോലെ ഇണയുടെ സന്തോഷവും പ്രധാനമായി കരുതുന്ന സ്നേഹമാണ്, ആരോഗ്യമുള്ള ഒരു മനസ്സിന്റേത്. മദനൻ സ്വയം സ്നേഹിക്കുന്നില്ല. അതിനാൽ ലീലയെയും അവളാഗ്രഹിക്കുന്ന തരത്തിൽ സ്നേഹിക്കാൻ അയാൾക്ക് കഴിയുന്നില്ല. അവൾ മനഃപൂർവ്വമല്ലെങ്കിലും തന്നെ വഞ്ചിക്കുമ്പോൾ അതേക്കുറിച്ച് പരാതിപ്പെടാനും അങ്ങനെ അവളിൽ നിന്ന് വേറിട്ടൊരു സ്വത്വം നിലനിർത്താനും അയാൾക്ക് കഴിയുന്നില്ല. വീണ്ടും അവളെ കാണുമ്പോൾ കണ്ണാടിയിൽ സ്വയം കണ്ട കുട്ടിയെപ്പോൽ അയാൾ കുഴങ്ങുന്നത് അതുകൊണ്ടാണ്. 'ഹൃദയങ്ങൾ പരസ്പരം കൈമാറാതിരിക്കൂ; കാരണം ജീവിതത്തിന്റെ കൈകൾക്ക് മാത്രമേ നിങ്ങളുടെ ഹൃദയങ്ങളെ കാത്തുസൂക്ഷിക്കാൻ കഴിയൂ' എന്ന ഖലീൽ ജിബ്രാന്റെ വചനം അർഥമാക്കുന്നതരം പ്രണയപരിപാകം മദനൻ ആർജിക്കുന്നില്ല, ഫ്രോയിഡ് ഉപയോഗിക്കുന്ന ബാലിശം (Infantile), ആശ്രിതഭാവമുള്ളത് (Dependent), ആത്മപീഡനപരം (Masochistic) എന്നീ വിശേഷണങ്ങളാണ് അയാളുടെ സ്നേഹത്തിന് കൂടുതൽ ചേരുക.

സുന്ദരിയും സമ്പന്നയും വിദുഷിയും എല്ലാമായിരുന്നു ലീല. എത്രയോ സാധ്യതകളുണ്ടായിരുന്ന ആ ജീവിതം രേവാനദിയുടെ കു

ത്തൊഴുക്കിൽപെട്ട് എന്നേക്കുമായി മറയുമ്പോൾ, എത്രതന്നെ കവിതയിൽ പൊതിഞ്ഞ് മയപ്പെടുത്താൻ ശ്രമിച്ചാലും ('നിജചരിതത്താലീ ജഗൽ സ്വപ്നഭീതൻ/നരനു മിഥുനമേ, ഹാ നൽകിയാശംസ നിങ്ങൾ' എന്ന് കവി) വായിക്കുന്ന സ്ത്രീക്ക് ആ ദുരന്തം സ്വീകാര്യമാവുന്നില്ല. അവൾ സമൂഹത്തോടും സാഹിത്യത്തോടും 'എന്തുകൊണ്ട്' എന്ന് ചോദിക്കുകതന്നെ ചെയ്യും.

●

ഫെമിനിസവും ഞാനും

ദശകങ്ങൾക്കപ്പുറം,
കോഴിക്കോട്ടെ പ്രോവിഡൻസ് വിമൻസ് കോളേജിലെ വിശാലമായ ഓഡിറ്റോറിയം. യുവതിയായ ഞാൻ സാറാജോസഫിന്റേയും അവരുടെ മുടി മുറിച്ച കൂട്ടുകാരിയുടേയും സ്ത്രീവാദാശയങ്ങൾക്ക് കാതോർത്തിരിക്കുന്നു. എനിക്കവരോട് യോജിക്കാനാവുന്നില്ല. ഏറെ കാല്പനികമാണ് എന്റെ ഹൃദയം. യാഥാർത്ഥ്യമാവാൻ കാത്തുകാത്തിരിക്കുന്ന പ്രണയസ്വപ്നങ്ങളാൽ നിർഭരം. അവക്കുമേൽ ഇങ്ങനെ മഞ്ഞുവീഴുന്നത് എനിക്ക് സഹിക്കാനാവുന്നില്ല.

പുസ്തകങ്ങളായിരുന്നു കുട്ടിക്കാലം മുതൽ ജീവിതത്തിന്റെ കേന്ദ്രസ്ഥാനത്ത്. വാരികകളുടെ വാർഷികപതിപ്പുകൾ കയ്യിൽ കിട്ടിയാൽ ഉടനെ പോകുക പ്രശസ്ത സാഹിത്യകാരന്മാരുടെ രചനകളിലേക്ക്. എപ്പോഴാണ് എന്റെ മനസ്സ് എഴുത്തുകാരികളിലേക്ക് ഉത്സുകമായത്? അവരുടെ രചനകളിൽ എന്നെ തിരയുന്നതാണ് കൂടുതൽ സഫലം എന്ന തിരിച്ചറിവിലേക്ക് അത് എത്തപ്പെട്ടത് എപ്പോഴാണ്?

എന്റെ മുപ്പതുകളിൽ മാത്രമാണ് ഞാൻ സ്ത്രീവാദത്തിന്റെ ലോകത്തേക്ക് വന്നത്. ജോലി, ഡോക്ടറേറ്റ്, ഭർത്താവ്, കുട്ടികൾ, എഴുതിയ കുറേ കഥകൾ. ജീവിതത്തിലിനി പുതി അദ്ധ്യായമൊന്നുമില്ലല്ലോ എന്ന നിരാശഉള്ളിൽ നിഴൽ വീഴ്ത്തിത്തുടങ്ങിയ ഒരു കാലമായിരുന്നു അത്. ഡാന്റി (Dante) 'Divine Comedy' യുടെ തുടക്കത്തിൽ പറയുന്ന പോലെ എല്ലാവരും ജിവതമദ്ധ്യത്തിൽ എത്തിപ്പെടുന്ന വഴിയവസാനിക്കുന്ന ആ ഇരുണ്ട വനാന്തരത്തിൽ ഞാനും എത്തിച്ചേർന്ന അനുഭവം ആയിടക്കാണ് Anais Nin ന്റെ 'In Favour of the Sensitive Man' എന്ന കൃതിയിലൂടെ കടന്നുപോയത്. വെളിച്ചത്തിന്റെ ഏതോ ചില തരികൾ മനസ്സിൽ പതിച്ചു. പിന്നെ ജേർമെയ്ൻ ഗ്രീയറിലൂടെ, ഗ്ലോറിയ

സ്റ്റയിനത്തിലൂടെ, സീമോങ്ങ് ദ ബൂവയിലൂടെ, വേർജിനിയാ വൂൾഫി ലൂടെ, കെയ്റ്റ് മില്ലെററിലൂടെ, ഷുലാമിത് ഫയർസ്റ്റോണിലൂടെ,'ഫെമി നിസംസ്' എന്ന ഭീമൻ സമാഹാരത്തിലൂടെ, സിസൂ -ക്രിസ്റ്റേവ-ഇറിഗാ റെ എന്ന ഫ്രഞ്ച് ത്രിത്വത്തിലൂടെ അങ്ങനെയങ്ങനെ- ആലീസ് അവളുടെ അത്ഭുതലോകത്തിൽ എത്തിയ പോലെയായിരുന്നു. എന്നും അപരിചിതമായിത്തോന്നിയിരുന്ന ഈ ഭൂമി ആദ്യമായി എന്നോട് 'യെ സ്' എന്നു പറഞ്ഞപോലെ. ആദം പേരിട്ടു വിളിച്ച ലോകത്തെ സ്വയം പേരിട്ടു വിളിക്കാൻ തുടങ്ങിയ ഹവ്വയുടെ പുതുലോകം. പുതിയ കു പ്പിയിൽ നിറക്കുമ്പോൾ ജീവിതത്തിന്റെ വീഞ്ഞു താനേ പുതിയതായി ത്തീരും എന്ന കണ്ടെത്തൽ. മരിക്കുന്നതിനു മുൻപേ തന്നെ നമ്മിൽ പലരും - അതിൽ പുരുഷന്മാരുമുണ്ട് -ആന്തരമൃത്യു കൈവരിക്കുന്നു. തക്കസമയത്ത് ഇടപെട്ട് മരണം വരെ എന്റെ ജീവിതം എനിക്കു നീട്ടിത്ത ന്നു ഫെമിനിസം. ആരും ഒരു ഫെമിനിസ്റ്റായി ജനിക്കുന്നില്ല, ഫെമി നിസം ഒരു ബോധവികാസമാണ്. കേൾവിയിലൂടെ, വായനയിലൂടെ, ചിന്തയിലൂടെ, വേറിട്ട നോക്കിക്കാണലിലൂടെ അത് നമ്മിലേക്ക് വരുന്നു.

ഇന്നലത്തെയും ഇന്നത്തെയും ഏതുപുരുഷനേക്കാളും സമഗ്രമാ യി സ്ത്രീയെ സ്നേഹിക്കാനറിയാവുന്ന പ്രസ്ഥാനം എന്നു ഞാനതിനെ വിളിക്കട്ടെ. പുരുഷനെ കുറ്റപ്പെടുത്തുകയല്ല. അയാളും പുരുഷാധിപ ത്യവ്യവസ്ഥയുടെ ഒരു സൃഷ്ടിയാണെന്ന് ആർക്കാണറിഞ്ഞുകൂടാത്തത്. മാത്രവുമല്ല നമുക്ക് നന്ദിയോടെ ഓർക്കുക, മുത്തശ്ശനായും അച്ഛനായും സഹോദരനായും അമ്മാവനായും അദ്ധ്യാപകനായും സു ഹൃത്തായും കാമുകനായും ഭർത്താവായും മകനായും മറ്റും അയാൾ നമ്മെ തന്നാൽ ആവുംവിധത്തിലൊക്കെ എത്രമേൽ സ്നേഹിച്ചിരിക്കു ന്നു എന്ന്.

ഫെമിനിസം എന്നാൽ അന്ധമായ പുരുഷവിദ്വേഷത്തിന്റെ പ്രസ്ഥാ നമാണെന്ന ലളിതവിശ്വാസം വെച്ചുപുലർത്തുന്നവരാണ് മിക്ക സ്ത്രീ പുരുഷന്മാരും. ഒന്നു ചോദിക്കട്ടെ. ബ്രിട്ടീഷ് സാമ്രാജ്യത്വത്തോട് അഹിം സയിലൂടെ പൊരുതിയ ഗാന്ധിജി, എല്ലാ ബ്രിട്ടീഷുകാരേയും വെറു ത്തിരുന്നോ? അവരുടെ തെറ്റായ നയങ്ങൾക്കു മാത്രമല്ലേ അദ്ദേഹം എതിരുനിന്നത്? വെളുത്ത വംശജരെ മൊത്തം വെറുത്തു കൊണ്ടാണോ മാർട്ടിൻ ലൂതർ കിംഗ് ജൂനിയർ 'എനിക്കൊരു സ്വപ്നമുണ്ട്'' എന്ന്, തന്റെ മുമ്പിൽ തടിച്ചുകൂടിയ കറുത്തവരും വെളുത്തവരുമായ കേൾ വിക്കാരോട് മനസ്സു തുറന്നത്? വെറുപ്പിന്റെ തത്വസംഹിതകൾക്ക് മനുഷ്യ ചരിത്രത്തിൽ ആയുസ്സ് കുറവായിരിക്കും. കാരണം അവ ജീ വിതവുമായി സൗഹൃദത്തിലല്ല. മനുഷ്യരാശിയിൽ ഏതെങ്കിലുമൊ രംശത്തെ വെറുത്തുകൊണ്ട് ഒരു പ്രസ്ഥാനത്തിനും ഏറെ നാൾ നില നിൽക്കാനാവില്ല. ഫെമിനിസത്തിനാവട്ടെ, രണ്ടു നൂറ്റാണ്ടിനപ്പുറം നീ ളുന്ന, ധീരവും അകളങ്കിതവുമായ ഒരു ചരിത്രമുണ്ട്.

ഫെമിനിസം പടിഞ്ഞാറുനിന്നും വന്നു എന്നതാണ് മറ്റൊരാക്ഷേ പം. അങ്ങനെയെങ്കിൽ വെസ്റ്റേൺ മെഡിസിനോട് നാം പുറംതിരിഞ്ഞു നിൽക്കാത്തതെന്ത്? നല്ല ചിന്തകൾ ലോകത്തിന്റെ എല്ലാ കോണുക

ളിൽ നിന്നും എന്നിലേക്ക് വരട്ടെ എന്നു പ്രാർത്ഥിച്ചവരായിരുന്നു നമ്മുടെ പൂർവ്വികർ. ആശയങ്ങൾക്ക് എന്തിനാണ് ദേശീയമായ ഒരു കന്യകാത്വപരിശോധന? നമുക്ക് ഉൾക്കൊള്ളാവുന്നത് നമുക്ക് സ്വീകരിക്കുക എന്നതല്ലേ പ്രായോഗികം?

നിലനിൽക്കുന്ന വ്യവസ്ഥകൾക്കെതിരെ തിരിയുമ്പോൾ നമുക്കാദ്യം നേരിടേണ്ടി വരുന്നത് നമ്മിലെത്തന്നെ ഭയത്തേയും കുറ്റബോധത്തേയുമായിരിക്കും. നമ്മളൊക്കെ ഇന്നല്ലെങ്കിൽ നാളെ മരിച്ചുപോവുന്ന വെറും മനുഷ്യജീവികളാണെന്ന കണ്ണിമക്കാത്ത ബോധം ഒരു പക്ഷേ ഭവഭയത്തിനുള്ള ഏറ്റവും നല്ല മറുമരുന്നാണ്. പ്രകൃതിക്കെതിരെ, ദൈവത്തിനെതിരെ എന്നൊക്കെ വാദിച്ചാണ് മാറ്റം ആഗ്രഹിക്കുന്നവരിൽ മറ്റുള്ളവർ കുറ്റബോധമുണ്ടാക്കുന്നത്, പ്രകൃതിയെ നമ്മൾ വ്യാഖ്യാനിച്ചെടുക്കുകയാണെന്നും ദൈവസങ്കൽപം നമ്മുടെ തന്നെ സൃഷ്ടിയാണെന്നും നാം മറുന്നു പോകുന്നു. പെണ്ണായിപ്പിറന്നതുകൊണ്ട് ഒരു വ്യക്തി കണ്ണീർ കുടിക്കണമെന്ന് പ്രകൃതിയോ ദൈവമോ ആഗ്രഹിച്ചിട്ടില്ല. സമൂഹവും മതങ്ങളും അങ്ങനെയൊക്കെ വളച്ചൊടിക്കുകയാണ്.

സ്ലീവ്‌ലെസ് ബ്ലൗസ്സും വലിയ കൂളിംഗ് ഗ്ലാസ്സും വാനിറ്റി ബാഗുമായി ക്ലബ്ബിലേക്കു പോവുന്ന, വളർത്തുപട്ടിയെ ഓമനിക്കുകയും ഭർത്താവിനെ അടിമയായ് കരുതുകയും ചെയ്യുന്ന മിക്കപ്പോഴും സുകുമാരിക്ക് നൽകപ്പെടുന്ന ഒരു സ്ത്രീവേഷമായാണ് സ്ത്രീസ്വാതന്ത്ര്യം നമ്മുടെ മുൻകാല സിനിമകളിൽ പ്രത്യക്ഷപ്പെട്ടിട്ടുള്ളത്. വോട്ടിനും ഉന്നത വിദ്യാഭ്യാസത്തിനും തൊഴിലിനും സ്വത്തിനും മറ്റുമുള്ള അവകാശങ്ങൾ സ്ത്രീകൾക്ക് കൈവന്നത് എത്രയോ തലമുറകളിലെ ലോകമെമ്പാടുമുള്ള സ്ത്രീകളുടെ മുറവിളികൾക്കും സമരങ്ങൾക്കും ശേഷമാണെന്ന യാഥാർത്ഥ്യം വിസ്മരിക്കപ്പെടുന്നു. ഫെമിനിസത്തിന്റെ നീറുന്ന ചരിത്രം തമസ്കരിക്കപ്പെടുന്നു.

പുരുഷകേന്ദ്രിത സംസ്ക്കാരം ശരീരം കൊണ്ട് പെണ്ണായവളെ മനസ്സുകൊണ്ട് ആണാക്കുന്നു എന്ന് അമേരിക്കൻ സാഹിത്യവിമർശകയായ ജൂഡിത് ഫെറ്റേർലി. അവരീ പ്രക്രിയക്ക് 'ഇമ്മാസ്ക്യൂലേഷൻ' (immasuclation) എന്ന ഒരു പ്രത്യേക പേരു തന്നെ നൽകി. ഇത് സ്ത്രീയിൽ സൃഷ്ടിക്കുന്ന സംഘർഷം അവളെ ഭ്രാന്തിലേക്ക്, സ്കിറ്റ്സോഫ്രേനിയയിലേക്ക്, ആണ് നയിക്കുക എന്നവർ ചൂണ്ടിക്കാണിക്കുന്നു. ഒരു ഫെമിനിസ്റ്റ് അവബോധത്തിലൂടെയല്ലാതെ ആരോഗ്യമുള്ള ഒരു സ്വത്വം സ്ത്രീക്ക് നേടിയെടുക്കാനാവില്ലെന്നും.

സ്ത്രീവാദം ചർച്ചയാവുന്ന വേദികളിലൊക്കെ 'റ്റീച്ചറെ, നമുക്ക് ഹ്യൂമനിസം പോരെ, ഇങ്ങനെ സ്ത്രീയേയും പുരുഷനേയും വേർതിരിക്കണോ' എന്നു ചോദിക്കുന്ന പുരുഷന്മാരെ കണ്ടിട്ടുണ്ട്. ഹ്യൂമനിസം എന്നത് മോഹിപ്പിക്കുന്ന ഒരു വാക്കാണ്. അതിലെ 'ഹ്യൂമൻ' എന്ന പദഭാഗം പക്ഷേ സ്ത്രീയെ ഉൾക്കൊള്ളുന്നില്ല എന്നു മാത്രമാണ് ഫെമിനിസം വാദിക്കുന്നത്. അത് ഞങ്ങളേയും കുറിക്കുന്നില്ല എന്ന് ദരിദ്രരും ദലിതരും കറുത്തവർഗ്ഗക്കാരും ലോകത്തെ എല്ലാ പാർശ്വവത്കൃതരും പലപ്പോഴായി പുറഞ്ഞിട്ടുണ്ട്. ഇന്നത്തെ LGBT(ലെസ്ബിയൻ,

ഗേ, ബൈസെക്ഷ്വൽ, ട്രാൻസ്ജെൻഡർ) സംഘങ്ങളും അതുതന്നെ പറയുന്നു.

സ്ത്രീപുരുഷബന്ധം മാത്രം കേന്ദ്രവിഷയമാക്കി സാഹിത്യവും സിനിമയുമെല്ലാം സ്ത്രീയെ സ്ത്രീയിൽ നിന്നകറ്റി നിർത്തുന്നു. വാസവദത്തയെ തിരിഞ്ഞു നോക്കാത്ത ഉപഗുപ്തൻ ഉദാത്തനായകനും, ഈച്ചയാട്ടി, അവളുടെ അറുത്തു മുറിക്കപ്പെട്ട ശരീരത്തിനരികിൽ ചുടലക്കാട്ടിലും അവൾക്കു കാവലിരിക്കുന്ന പ്രിയതോഴി വെറും മൈനർ കഥാപാത്രവുമാവുന്നു. ക്ലിയോപാട്രക്ക് മാർക് ആന്റണിയുടെ ഭാര്യയെ സ്നേഹത്തോടെ കാണാൻ കഴിഞ്ഞിരുന്നെങ്കിൽ എന്ന ആരും ചോദിക്കാത്ത ചോദ്യം വേർജീനിയാ വൂൾഫ് ഉയർത്തിയത് അതുകൊണ്ടാണ്. അതുപോലെ സ്ത്രീയുടെ അമ്മറോളിനെബലപ്പെടുത്താനുള്ള തന്ത്രമല്ലേ രണ്ടാനമ്മയിൽ ആരോപിക്കുന്ന ക്രൂരത എന്നും സംശയിക്കണം. തന്റെ മാത്രമല്ല, സമൂഹത്തിലെ തനിക്കു പേരറിയാത്ത എത്രയോ പേരുടെ സംരക്ഷണയിലാണ് തന്റെ കുട്ടി ഭദ്രമായി നിലനിൽക്കുന്നത് എന്ന് ബുദ്ധിയുള്ള ഏതമ്മക്കാണ് അറിയാത്തത്? അവൻ കഴിക്കുന്ന അരിയും പച്ചക്കറിയും മുതൽ അവന്റെ ബുദ്ധിയിലെ വെളിച്ചം വരെ എവിടെ നിന്നല്ലാമാണ് അവനിലേക്കെത്തുന്നത്!

അമ്മമാരെപ്പറ്റി പറഞ്ഞുവരുമ്പോഴാണ് ചില പുത്തൻ സിനിമകളിൽ അവരെ ചിത്രീകരിച്ച വിധത്തെപ്പറ്റി ഒരു വിയോജിപ്പ് രേഖപ്പെടുത്താൻ തോന്നുന്നത്. സ്ത്രീയെപ്പറ്റി പരമ്പരാഗതരീതിയിൽ നിന്നും മറിച്ച് ചിന്തിക്കാൻ ശ്രമം നടത്തുന്ന 'ബാംഗ്ലൂർ ഡെയ്സി'ലും 'ഹൗ ഓൾഡ് ആർയു'വിലും യഥാക്രമം കല്പനയും കലാരഞ്ജിനിയും അവതരിപ്പിച്ച അമ്മമാർ ഒരു തരം കോമാളിവത്കരണത്തിന് വിധേയരായിരിക്കുന്നു. മാതൃത്വത്തിന്റെ ആദർശവത്കരണമെന്ന കൃത്രിമത്വത്തിന് ബദലായിട്ടാണോ ഇങ്ങനെ ചെയ്തത്? എങ്കിൽ അത് ഒട്ടും ഫലപ്രദമായില്ല എന്നു മാത്രം പറയട്ടെ. സ്നേഹശൂന്യമായ മിഴികളിലൂടെ നോക്കുമ്പോൾ പ്രായഭേദമന്യേ നമ്മളൊക്കെയും കോമാളികൾ തന്നെ എന്നു നമുക്കു മറക്കാതിരിക്കുക. പത്രത്തിലൂടേയും ടിവിയിലൂടേയും മൊക്കെ ലോകത്തെ തങ്ങളുടെ എൺപതുകളിലും കൃത്യമായി പിൻതുടരുന്ന എത്രയോ അമ്മമാരുടെ നാടാണ് സുഹൃത്തേ കേരളം.

'സ്ത്രീവാദങ്ങൾ' എന്ന ബഹുവചനത്തെ കഷ്ടം വെക്കുന്നവരുണ്ട്. ഛിന്നഭിന്നമാവുന്നല്ലോ ഈ പ്രസ്ഥാനം എന്ന ആവശ്യമില്ലാത്ത സഹതാപം. ഓരോ സ്ത്രീക്കും അവളുടേതായ സ്ത്രീവാദം എന്നുവരെ പറയാനാഗ്രഹിക്കുന്ന ഒരാളാണ് ഞാൻ. സംശയിക്കേണ്ട, അപ്പോഴുമുണ്ടാവും കൂട്ടായ്മക്കുള്ള എത്രയോ വേദികൾ. ഒരു വ്യക്തിയെ നിർണയിക്കുന്നത്, ലോകത്തിലെ അവളുടെ ഇടം നിർണയിക്കുന്നത് എത്രയെത്ര ഘടകങ്ങളാണ്! അവളുടെ സാമ്പത്തിക സ്ഥിതി, വിദ്യാഭ്യാസം, ജോലി, ദേശം, ഭാഷ, മതം, ജാതി, വംശം, വസ്ത്രധാരണം, ഭക്ഷണം, ലൈംഗികതെരഞ്ഞെടുപ്പുകൾ അങ്ങനെ എത്രയെത്ര നിറം ചേർത്തനൂലുകൾ കൂട്ടിപ്പിരിച്ചാണ് അവളെന്ന സങ്കീർണ്ണത ഉരുവം കൊള്ളുന്നത്! അപ്പോൾ പിന്നെ വ്യത്യസ്തത എന്ന യാഥാർത്ഥ്യത്തെ

സ്ത്രീകൾ എന്തിനു ഭയപ്പെടണം? വെളുത്തവർഗ്ഗ സ്ത്രീകളുടെ പ്രശ്നങ്ങളല്ല കറുത്തവർഗ്ഗക്കാരികളുടേതെന്നു പറഞ്ഞാണ് ആലീസുവോക്കർ 'വുമനിസ' (Womanism)ത്തിനു രൂപം നൽകുന്നത്. 'ലെസ്ബിയൻസ് സ്ത്രീകളല്ല' എന്ന heteroesexist മനോഭാവമുള്ള മുഖ്യധാരാഫെമിനിസ്റ്റുകളുടെ മുഖത്തു നോക്കി മോണിക്ക് വിറ്റിഗ് വിളിച്ചു പറയുകയുണ്ടായി.

പെണ്ണെഴുതുമ്പോൾ തന്നിലെ പെണ്ണിന്റെ സ്വരം ഉപയോഗിക്കണം എന്നുമാത്രമേ 'പെണ്ണെഴുത്ത്' പറയുന്നുള്ളു. ആൺരീതികളാണ് സർഗ്ഗാത്മകരചനയിൽപോലും പെണ്ണിനു ശീലം എന്നതിനാൽ മാത്രം. നമുക്ക് കുടുതൽ നമ്മളാവുക. അങ്ങനെ ഉള്ളിലെ ശകലിതാവസ്ഥയെ മറികടക്കുക എന്ന് അത് മുമ്പു പറഞ്ഞപോലെ ബോധത്തിലെ ഒരു വിപ്ലവമാണ്. അതിന് അല്പം ക്ലേശിക്കണം.

പുരുഷാധിപത്യക്കണ്ണട മാറ്റിവെച്ചാൽ ആണിനും സാധ്യമായ ഒരെഴുത്താണ് അത് എന്ന് ഈ സംഞ്ജയുടെ പ്രചാരകരായ ഫ്രഞ്ചുഫെമിനിസ്റ്റുകൾ വിശ്വസിക്കുന്നു.

സ്വയം വിമർശനത്തെ ഇത്രമാത്രം സ്വാഗതം ചെയ്യുന്ന ഒരു പ്രസ്ഥാനം, വൈവിധ്യത്തെ ഇത്രമേൽ കൊണ്ടാടുന്നു ഒരു പ്രസ്ഥാനം ഫെമിനിസത്തെപ്പോലെ വേറൊന്നുണ്ടെന്ന് തോന്നുന്നില്ല. എന്നിലെ സത്യമായ ഒന്നിനേയും നിഷേധിക്കാതെ തന്നെ ഇത്രയും കാലം ഫെമിനിസത്തോടൊപ്പം ഒഴുകാൻ എന്റെ മനസ്സിനു കഴിഞ്ഞു. എല്ലാ ലേബലുകളേയും പരിമിതികളായിക്കണ്ട് ഒഴിവാക്കുന്ന ഞാൻ, ഒരു ഫെമിനിസ്റ്റാണ് എന്ന് നെഞ്ചിൽ കൈവെച്ച് ഇന്നും പറയാൻ മടിക്കാത്തത് അതുകൊണ്ടാണ്. എനിക്ക് ജീവിതം ജീവിതവ്യമാക്കിയ ഈ ചിന്താധാരയോട് ഏറെ കടപ്പെട്ടിരിക്കുന്നു എന്നിലെ ഞാൻ എന്നുമാത്രം പറഞ്ഞുകൊണ്ട് അവസാനിപ്പിക്കട്ടെ.

●

ചാനൽ ചെയ്യപ്പെടുന്ന സ്ത്രീത്വം

ഉമ്മറത്തിണ്ണയിൽ ഇരുട്ടിലേക്ക് നോക്കി തൂണുംചാരി ഒറ്റക്കിരിക്കുന്ന വലിയമ്മ നടക്കല്ലുകൾ ഇറങ്ങിവരുന്ന, ഗ്രന്ഥശാലാ പ്രവർത്തകനും തിയസോഫിസ്റ്റും അന്നത്തെ സാഹിത്യ കേരളത്തിന്റെ മുഴുവൻ സുഹൃത്തുമായിരുന്ന വലിയച്ഛനോട് തണുത്ത സ്വരത്തിൽ ചോദിച്ചൊരു ചോദ്യം ഇന്നും എന്തുകൊണ്ടോ മനസ്സിൽ പതിഞ്ഞുകിടക്കുന്ന ഒരു ബാല്യകാലസ്മരണയാണ്. 'കൂടണയാറായോ?'

എം.എ. പഠിക്കുമ്പോഴാണ് രബീന്ദ്രനാഥ് ടാഗോറിന്റെ 'ഉദ്യാനപാലകനി'ലെ കാട്ടിലെ കിളിയെയും കൂട്ടിലെ കിളിയെയും കുറിച്ചുള്ള ആ സാന്ദ്രമായ വരികൾ പരിചയപ്പെടുന്നത്:

വരൂ, നമുക്കിരുവർക്കും ഈ കൂട്ടിൽ കഴിയാം

ഇല്ല, അഴികൾക്കകം ചിറകുവിരുത്താൻ ഇടമെവിടെ?

കഷ്ടം നിന്റെ ആകാശത്താണെങ്കിൽ എനിക്കിരിക്കാൻ ഒറ്റമരക്കൊമ്പുപോലുമില്ലതാനും.

തേടിത്തേടി കാട്ടിലേക്കു ചെന്ന ആശാന്റെ നായികമാരെ, ജ്യോതിർമയികളെ, മരണത്തിന് സമർപ്പിച്ചു സ്ത്രീയുടെ പ്രണയത്തിന്റെ കരുത്തുകണ്ടമ്പരന്ന ഭീരുവായ മദനനും നാർസിസിസ്റ്റായ ദിവാകരനും.

ഋതുമതിക്ക് (അവളിലാണല്ലോ പുരുഷകേന്ദ്രിത സമൂഹത്തിന്റെ നിക്ഷേപമത്രയും) നമ്മുടെ പ്രസിദ്ധമായ വനക്ഷേത്രത്തിൽ ഇന്നും നിരോധനം. ചുരിദാറിലൂടെ പെണ്ണിന്റെ കാലുകളെ സ്വതന്ത്രമാക്കാൻ ദൈവങ്ങൾക്കുപോലും ഭയം! നടന്നുനടന്ന് അവൾ കാടുകയറിയാലോ എന്നാവും. വെറുതെയല്ല, വഴിയോരത്തമർന്നിരുന്ന് പഴംകഥയിലെ സ്ഫിംഗ്സ് കാലുകൾ നിറഞ്ഞുനിൽക്കുന്ന ഒരു കടങ്കഥ ഉന്നയിച്ച് തന്റെ മുന്നിലെത്തിയ വൻ സഞ്ചാരികളുടെ കഥ കഴിച്ചത്. സിംഹശരീരവും ചിറകുകളും പെണ്ണിന്റെ ശിരസ്സുമായിരുന്നു സ്ഫിംഗ്സിന്.

പെണ്ണുങ്ങൾ വഴിയോരത്തടാകങ്ങളാണെന്നും താൻ അവയിൽ നിന്നെല്ലാ ദാഹം തീർക്കുന്ന യാത്രികനാണെന്നും പറയുന്ന സോർബ (Zorba the Greek) മാരെ ആ അപൂർവവനിതക്കും നല്ല പരിചയമുണ്ടായിരുന്നിരിക്കും.

താൻ തന്റെ കന്യകാത്വം സമർപ്പിച്ച പ്രിയതോഴൻ സാർത്രിന് ഒരുപാട് പരസ്ത്രീബന്ധങ്ങളുണ്ടായിരുന്നു എന്ന വസ്തുതയേൽപിച്ച മോഹവ്യർഥതയായിരിക്കുമോ, സ്ത്രീയുടെ രണ്ടാംതരം അവസ്ഥയെക്കുറിച്ച് അത്രമേൽ ഗഹനമായി പഠിക്കാൻ, സ്ത്രീവാദത്തിലേക്ക് പ്രവേശിക്കാൻ, അടിസ്ഥാനപരമായി ഒരു എക്സിസ്റ്റെൻഷ്യലിസ്റ്റായിരുന്ന സീമോങ് ദ് ബൂവയെ പ്രേരിപ്പിച്ചത്? തന്റെ സഹോദരന്മാർക്ക് ലഭിച്ച ഉന്നതവിദ്യാഭ്യാസം, അവരെക്കാളൊക്കെ പ്രതിഭാശാലിയായിരുന്നിട്ടും തനിക്ക് നിഷേധിക്കപ്പെട്ടു എന്ന വലിയ വേദന, വെർജീനിയാ വൂൾഫിന്റെ സ്ത്രീവാദ കൃതികളുടെയെല്ലാം വരികൾക്കിടയിൽ കണ്ണും നിറച്ചു നിൽക്കുന്നുണ്ട്. മഹാകവി വേർഡ്സ്വർത്തിന്റെ പ്രിയസഹോദരി ഡോറത്തി (Dorothy) അദ്ദേഹത്തെപ്പോലെ പ്രകൃതിയെയും കവിതയെയും പ്രണയിച്ചു. എങ്കിലും അവരെഴുതിയതൊന്നും പ്രസിദ്ധീകരിക്കേണ്ടെന്ന് കാലത്തോടൊപ്പം അദ്ദേഹവും വിധിച്ചു. കവയിത്രി കൂടിയായ മീനാ അലക്സാണ്ടർ 'വിമൻ ഇൻ റൊമാന്റിസിസം' എന്ന തന്റെ പ്രബന്ധത്തിൽ ഇക്കാര്യം ചൂണ്ടിക്കാണിച്ചിട്ടുണ്ട്. ഡോറത്തിയുടെ സൂക്ഷ്മസംവേദനക്ഷമതയുള്ള മനസ്സിനെ പിൽക്കാലത്ത് പാടെ ശിഥിലമാക്കിയത് ആ വലിയ വിലക്കും കൂടിയായിരിക്കില്ലേ?

വെറുതെയല്ല, 'ഫാമിലി' എന്ന പദത്തിന്റെ വേരു ചികഞ്ഞ്.'ഫാമ്യൂലസ്' അഥവാ 'വീട്ടടിമ' എന്ന റോമൻ പ്രയോഗത്തിലാണ് എംഗൽസ് എത്തിച്ചേർന്നതെന്ന കാര്യം തന്റെ 'സെക്ഷ്വൽ പോളിറ്റിക്സി'ൽ കെയ്റ്റ് മില്ലറ്റ് (Kate Millett) എടുത്തുപറയുന്നത്.

സ്ത്രീ

ദ് ബൂവയാണ് സ്ത്രീയുടെ നിത്യജീവിതത്തെ 'സിസിഫീയൻ റ്റാസ്ക്' (നാറാണത്ത്ഭ്രാന്തൻകളി) എന്ന് വിശേഷിപ്പിച്ചത്. എന്നാൽ, ജീവിക്കുന്ന കാലമത്രയും അവളും പുരുഷനോളംതന്നെ ഒരു പ്രപഞ്ചത്തിനത്രയും അവകാശിയാണ്. ഒരുപാട് സാധ്യതകളുടെ രാജകുമാരിയാണ്. ചിന്തയുണ്ട്; ഭാവനയും. ചിറകുള്ളവളാണ്; ആത്മാഭിമാനിയും. നിറയെ വീണക്കമ്പികൾ പാകിയപോലെ എവിടെത്തൊട്ടാലും പാടുന്ന ഒരു ശരീരമുണ്ട്. എങ്കിലും വളർത്തിയെടുക്കപ്പെട്ട രീതി വെച്ചുനോക്കുമ്പോൾ കൂട് ആരെങ്കിലും തുറന്നുകൊടുത്താൽ പോലും പറക്കാൻ മടിക്കുന്ന, പേടിക്കുന്ന കിളിയാണ്. കാരണം അത് അവളുടെ ഉള്ളിൽ അഴിയഴിയായി എന്നോ കയറിപ്പറ്റിയിരിക്കുന്നു.

പ്രണയം, ഒരു ഓഡൻ (W.H. Auden) കവിത പറയുന്നപോലെ മൃഗങ്ങൾക്ക് സാധിക്കാത്ത ആ 'വൊളന്ററി ലവ്', ഏതൊരു മനുഷ്യന്റെയും ജന്മാവകാശമാണ്. എന്നിൽ ഇന്നലെവരെ നിശ്ശബ്ദമായിരുന്നതിന് ഇന്ന് പാട്ടാവാൻ, ജിബ്രാൻ പറഞ്ഞതുപോലെ, അതുവേണം-

പ്രണയം എന്ന മുഴുവൻ അനുഭവം - ശരീരത്തിന്റെ, മനസ്സിന്റെ, ആത്മാവിന്റെ, എന്നാൽ, അതറിയാതെ ഭാര്യയും അമ്മയും അമ്മൂമ്മയും ഒക്കെയായി മണ്ണിലലിഞ്ഞുചേർന്നിട്ടുണ്ട് എത്രയോ ജന്മങ്ങൾ. പൂവിട്ടു. കായ്ച്ചു. എന്നിട്ടും അവക്കുള്ളിൽ അവർ ഒരു വസന്തമോ ഫലസമൃദ്ധിയുടെ ഒരു കീറ്റ്സിയൻ ശരത്കാലമോ അറിയുകയുണ്ടായില്ല. അപരിചിതനുമായിട്ടുള്ള ലൈംഗികബന്ധത്തിന് ആദ്യരാത്രിയെന്നു പേര്. എന്നിലെ ഞാൻ, നിന്നിലെ നീ യഥാർഥത്തിൽ സ്പർശിക്കപ്പെടുകയുണ്ടായോ? പ്രണയപൂർവം ഇണചേരുന്നതിലെ സുഖമറിയാതെ മരിക്കരുതെന്ന്, തൊണ്ണൂറാം വയസ്സിൽ ആദ്യപ്രണയമനുഭവിക്കുന്ന മാർകേസിന്റെ നായകനെ കാസിൽഡ ആർമെന്റ എന്ന അയാളുടെ ആദ്യകാല ലൈംഗികപങ്കാളി ഉപദേശിക്കുന്നുണ്ട്. ചാപല്യത്തിന്റേതല്ല ഈ സ്വരം. സുതാര്യസത്യത്തിന്റേതാണ്.

എഴുതാമായിരുന്നു. പാടാമായിരുന്നു. ആടാമായിരുന്നു. ബുദ്ധനെപ്പോൽ സത്യം തേടി അലയാമായിരുന്നു. മാർക്സിനെപോൽ ലോകത്തെ മാറ്റിപ്പണിയുന്നതിനെപ്പറ്റി ഗാഢമായി സ്വപ്നം കാണാമായിരുന്നു. മുഴുവനായും ഞാൻ തന്നെയാവാമായിരുന്നു. ഒന്നും വേണ്ട. നല്ല ഭാര്യയും നല്ല അമ്മയും മാത്രമായാൽ മതി എന്ന് അരയൻ ചെമ്പൻകുഞ്ഞ് മകളോട്; നിനക്ക് സ്വന്തമായൊരു മുറി, സ്വത്വം ഒക്കെ എന്തിനെന്ന്, നിന്റെ ശമ്പളപാക്കറ്റ് നിന്റെ ഭർത്താവിന് സമർപ്പിക്കാത്തതെന്തെന്ന്, അയാൾക്കുവേണ്ട നിമിഷം കിടപ്പറയിൽ നീ വേശ്യയാവാത്തതെന്തെന്ന്, പരപുരുഷനും നിനക്കും തമ്മിൽ ഏതെങ്കിലും തലത്തിൽ എന്തെങ്കിലുമൊക്കെ വെറുതെ എന്തിനെന്ന് സമൂഹത്തിന്റെ തീവ്രമായ കുശലാന്വേഷണങ്ങൾ.

ശരിയാണ്. ദീർഘശൈശവമുള്ള, നിസ്സഹായരായ മനുഷ്യക്കുഞ്ഞുങ്ങളെ നാം പരിപാലിക്കേണ്ടതുണ്ട്. എന്നാൽ. അമ്മതന്നെ എപ്പോഴും അതു ചെയ്യണമെന്ന് യാതൊരു നിർബന്ധവുമില്ലെന്ന്, മനഃശാസ്ത്രജ്ഞയും സാമൂഹികശാസ്ത്രജ്ഞയും സ്ത്രീവാദിയുമായ നാൻസി ചോദറോവ് തന്റെ പ്രസിദ്ധമായ 'ദ റീപ്രൊ ഡക്ഷൻ ഓഫ് മദറിംഗ്' എന്ന കൃതിയിൽ ലോകത്തോട് മുഴുവൻ. രണ്ടാനമ്മയെ വരെ സഹിക്കാത്ത നമ്മളോട്, അമ്മക്ക് കുട്ടിയും കുട്ടിക്ക് അമ്മയും മാത്രം എന്ന സ്നേഹത്തിന്റെ അതിയായ കേന്ദ്രീകരണം രണ്ടുകൂട്ടർക്കും അനാരോഗ്യകരം എന്ന് ചോദറോവ്. ഒരുപാടു പേരെ സ്നേഹിക്കാൻ പഠിക്കണം കുട്ടി. എന്നാലേ വളരുമ്പോൾ അവൻ സമൂഹസ്നേഹിയാവൂ. അപ്പോൾ രണ്ടാനമ്മയുടെ ക്രൗര്യം എന്ന നമ്മുടെ ഇഷ്ടവിഷയം സത്യത്തിൽ എങ്ങനെ പുരുഷാധിപത്യസമൂഹത്തിന്റെ കൈയിലെ നല്ലൊരായുധമായിരുന്നു എന്നു കാണാം. നിങ്ങൾ മഹനീയമായി കൊണ്ടാടുന്ന ഈ മാതൃത്വത്തിൽ ഒരുപാട് രക്തവും കണ്ണീരും വിയർപ്പുമുണ്ട്. നിങ്ങൾ ത്യാഗത്തിന്റെ മഹത്വത്തെപ്പറ്റിയാവും ഇപ്പോൾ പറയുക. സുഹൃത്തേ ഒന്നു ചോദിക്കട്ടെ, ത്യാഗം അത്രമേൽ ഉദാത്തമെങ്കിൽ താങ്കളെന്തേ അതിനാൽ ഒരിക്കലും പ്രചോദിതനാവാത്തത്?

ഈ ജീവിതത്തിൽ സ്നേഹാർഹമായി ഒന്നു മാത്രമേയുള്ളൂ എന്നാ

ണ് സമൂഹം സ്ത്രീയെ പഠിപ്പിക്കുന്നത്. അത് പുരുഷനാണ്. മറ്റുള്ള വയൊക്കെ- പ്രകൃതി, കല, ശാസ്ത്രം, ആത്മീയത, മറ്റു സ്ത്രീകൾ അവൾക്ക് അപ്രധാനമായിരിക്കണം. സ്ത്രീക്ക് സ്ത്രീയെ സ്നേഹി ക്കാൻ പഴഞ്ചൊല്ലിലെ നാലു മുലകളല്ല തടസ്സം, ഒരു പുല്ലിംഗമാണ്, ലെസ്ബിയനിസമല്ല ഇവിടെ വിവക്ഷ, സ്ത്രീസൗഹൃദമാണ്. എന്നാൽ, ഏതു കഥയിൽ, കവിതയിൽ അത്തരമൊരു ബന്ധം ആഘോഷിക്ക പ്പെടുന്നു എന്ന ചോദ്യം വെർജീനിയ വൂൾഫ് ഉയർത്തിയിട്ടുണ്ട്. അമ്മയാണ് ഇന്നത്തെ അവസ്ഥയിൽ ആൺകുഞ്ഞിനും പെൺകുഞ്ഞി നും ആദ്യത്തെ സ്നേഹവസ്തു -love object- എന്ന ചോദറോവിനെ പ്പോലെയുള്ള മനഃശാസ്ത്രത്തിലെ 'ഓബ്ജക്ട് റിലേഷൻസ് തിയറി'യു ടെ വക്താക്കൾ അടിവരയിട്ട് പറയുന്നുണ്ട്. പ്രണയിക്കുന്നവളിലൂടെ പുരുഷന് അമ്മയിലേക്ക് തിരിച്ചുപോവാം. സ്ത്രീക്ക്, എവിടെ, എങ്ങ നെയാണ് ആ തിരിച്ചുപോക്ക്? ഒരുപക്ഷേ, പെൺസൗഹൃദങ്ങളുടെ വലുതായ പ്രസക്തി ഇവിടെയാവാം. എന്നാൽ. അവ യാഥാർത്ഥ്യമാ ക്കുന്നതിൽ, ലൂസ് ഇറിഗാറേ നിരീക്ഷിച്ചപോലെ, സ്ത്രീകൾ തന്നെ പലപ്പോഴും പരാജയപ്പെട്ടുപോവുന്നു. കാരണം മറ്റു സ്ത്രീകളെ സ് നേഹിക്കേണ്ടതെങ്ങനെ എന്ന് ആരും അവളെ പഠിപ്പിട്ടില്ല. സമൂഹവും സംസ്കാരവും ഇക്കാര്യത്തിൽ പുലർത്തുന്ന മൗനവും നിഷേധാത്മ കതയും തന്നെയല്ലേ ഇതിനൊക്കെ കാരണം? ഒരു സ്ത്രീക്കുമാത്രമേ മറ്റൊരു സ്ത്രീയെ ശരിക്കും മനസ്സിലാവൂ എന്ന് അനുഭവംകൊണ്ട് വിശ്വസിക്കുന്ന എത്രയോ സ്ത്രീകളെ കാണാം. എന്നാൽ, രണ്ട് സ്ത്രീ കൾക്കിടയിലെ ഈടുറ്റ ഒരു സൗഹൃദം, സ്ത്രീതന്നെയാണ് സ്ത്രീ യും ശത്രു എന്ന് സൗകര്യപൂർവ്വം വിശ്വസിക്കുന്ന ഒരു പുരുഷാധിപ ത്യ സമൂഹത്തിൽ, അനാവശ്യമായ സങ്കീർണതയാലും ശരിയായ ബോ ധവത്കരണത്തിന്റെ അഭാവത്താലും അവസരങ്ങളുടെ കുറവുമൂല വും പലപ്പോഴും സംഭവിക്കാതെ പോകുന്നു.

മനുഷ്യനെ മനുഷ്യനിൽക്കുറഞ്ഞെന്തെങ്കിലുമാക്കിത്തീർക്കുന്ന എല്ലാം- ജാതി, മതം,ലിംഗപദവി, വർഗം, വംശീയത - കാലക്രമത്തിൽ ചോദ്യം ചെയ്യപ്പെടും. നേരത്തേ തുടങ്ങിയ ആ പ്രക്രിയക്ക് ഇപ്പോൾ ആക്കംകൂടിയിരിക്കുന്നു. മറ്റെല്ലാ സാമൂഹിക ചൂഷണങ്ങളുടെയും മാ താവെന്ന്, ചരിത്രബോധമുള്ളവർ പറയുന്ന, കുടുംബവ്യവസ്ഥയും അവയിൽ പെടും. ജീവശ്ശക്തിയുടെ ഈ കുതറലിൽ, കുത്തൊഴുക്കിൽ പരിഭ്രന്താരാവുകയല്ല, സന്തോഷിക്കുകയാണ്, ജീവിതം അങ്ങോളമി ങ്ങോളം നോക്കിക്കണ്ടിട്ടുള്ള സുമനസ്സുകൾ ചെയ്യുക.

ചാനലുകൾ

ടി.വി സീരിയലുകൾ സ്ത്രീകളെ വഷളാക്കുന്നു, അവ നിരോധിക്ക പ്പെടണം എന്ന് നമ്മുടെ മോറൽ പോലിസ് പറഞ്ഞുകേൾക്കാറുണ്ട്. സീരിയലുകൾക്ക്, ശരിയാണ്, പൊതുവെ നിലവാരം കുറവാണ്. എന്നിട്ടും സ്ത്രീകൾ പലപ്പോഴും അവയിലേക്ക് ബോധപൂർവ്വം തന്നെ പലായനം ചെയ്യുകയാണ്, നാവിൽ മടുപ്പിന്റെ രുചിമാത്രം അവശേഷി

പ്പിക്കുന്ന അവരുടെ ദിനാന്തങ്ങളിൽ നിന്ന്. ബോറടിക്കുമ്പോൾ ബാറി ലേക്കോ, ബീച്ചിലേക്കോ, സിനിമാ കൊട്ടകയിലേക്കോ, സുഹൃദ്സം ഘങ്ങളിലേക്കോ ഒന്നും 'രക്ഷപ്പെടാൻ' അവൾക്കനുവാദമില്ല, പണ്ട് മിൽസ് ആന്റ് ബൂൺ റൊമാൻസുകളും അപസർപ്പക കഥകളും ഒക്കെ ഉണ്ടായിരുന്നു. അവൾ ഇഷ്ടംപോലെ പലായനം ചെയ്തിരുന്നു - യാ ഥാർഥ്യവുമായി വലിയ ബന്ധമൊന്നുമില്ലാത്ത ആ അപ്രസക്ത ലോ കങ്ങളിലേക്ക്.

നേരുപറഞ്ഞാൽ, സത്രീയിലെ അസംതൃപ്തിയുടെ, സർഗാത്മക തയുടെ അഗ്നി ആളിപ്പടരാതെ നോക്കുകയും അങ്ങനെ അവളെ അരാ ഷ്ട്രീയവൽകരിക്കുകയും സമൂഹത്തെ മാറ്റിമറിക്കേണ്ടുന്ന വിപ്ലവകരമായ ചിന്തകളിൽ നിന്നും സ്വപ്നങ്ങളിൽനിന്നും അവളുടെ ഊർജ്ജത്തെ പിൻവലിക്കുകയും ചെയ്തുകൊണ്ട്, കുടുംബമെന്ന സ്ഥാപനത്തെ അതേപടി നിലനിർത്താനാഗ്രഹിക്കുന്ന പുരുഷന് ഒരു കൈത്താങ്ങാ വുകയാണ് സീരിയലുകൾ. ഇത് പലപ്പോഴും അയാൾക്ക് പിടികിട്ടുന്നില്ല എന്നതാണ് ഏറ്റവും വലിയ തമാശ.

സീരിയലുകളിൽ എന്നപോലെ പരമ്പരാഗത സ്ത്രീബിംബങ്ങളുടെ അന്ധമായ പുനരുൽപാദനം തന്നെയാണ് പരസ്യങ്ങളിലും സംഭവി ക്കുന്നത്. സ്ത്രീക്കു പകരം ജന്തുലോകത്തെ നമ്മുടെ മറ്റു സഹയാ ത്രികർ പ്രത്യക്ഷപ്പെടുന്ന പരസ്യങ്ങളിൽ പോലും അവ കാംഗരൂ (kangaroo)വും ഒക്ടോപ്പസും ഒക്കെ ആവുന്നതിലെ 'സ്വാരസ്യം' നോ ക്കുക. അവിടെയും സ്ത്രീയുടെ മേൽവിലാസം കുട്ടിയെ ചേർത്തു പിടിച്ച അമ്മയുടെയും ആയിരം കൈകളുടെ ചുറുചുറുക്കുള്ള വീട്ടമ്മ യുടെയും തന്നെ.

പുരുഷാധിപത്യം നിലനിൽക്കുന്ന സമൂഹങ്ങളിലെ ജനപ്രിയമാ ധ്യമങ്ങൾ മിക്കപ്പോഴും സ്ത്രീയെ പ്രത്യയശാസ്ത്രപരമായ ചൂഷണ ത്തിന് കൗശലപൂർവം ഇരയാക്കുകയാണ് ചെയ്യുന്നത്. അത്തരത്തിൽ നോക്കിക്കാണുമ്പോൾ, ടെലിവിഷൻ ഒരു ഭീഷണിയാവുന്നത് കുടുംബം എന്ന അടഞ്ഞ വ്യവസ്ഥക്കല്ല, സ്ത്രീ എന്ന വ്യക്തിയുടെ നിറവാർന്ന സാധ്യതകൾക്കാണ്.

സ്വതന്ത്രവും സ്വച്ഛന്ദവുമായൊഴുകേണ്ട നദിയെ, ചാലുകൾ വെട്ടി സ്വന്തമാക്കാനുഴറുന്ന കൈകൾ, ആയുധമൊളിപ്പിച്ച ഒരു മധുരമന്ദഹാ സത്തോടെ മാടിവിളിക്കുന്നു.- 'സ്വപ്നലോലുപേ, ഇതിലേ ഇതിലേ-'

●

ബോധവതിയും ജീവിതവും : സിമോങ്ങ് ദ് ബുവ

സിമോങ്ങ് ദ് ബുവയെ ഓർക്കുമ്പോൾ എന്തുകൊണ്ടോ ഒരു വൻ മരമാണ് മനസ്സിൽ വരുന്നത്. സ്വന്തമായി വേരുകളുള്ള, ആകാശത്തെ എത്തിപ്പിടിക്കാൻ വെമ്പുന്ന, ആശയസമൃദ്ധിയുടെ പച്ചില ച്ചാർത്തുള്ള ഒരു വൻമരം. ചിന്തിക്കുന്ന എത്രയോ സ്ത്രീകൾ അതിന്റെ ഉദാത്തമായ തണലിലിരുന്ന് ജീവിതത്തിന്റെ വേനൽവഴികളിലൂടെ വീണ്ടും മുന്നോട്ട് പോവാനുള്ള ഊർജ്ജം ആവോളം സംഭരിക്കുകയ ുണ്ടായി.

സിമോങ്ങ് ദ് ബുവ മരിച്ചപ്പോൾ ഫ്രഞ്ചു പത്രങ്ങൾ അവരെ ''സ്ത്രീവാദത്തിന്റെ മാതാവ്'' എന്നു വിളിച്ചു. അവരുടെ പ്രശസ്ത കൃതിയായ 'ദ സെക്കൻഡ് സെക്സി'നെ, 'ഫെമിനിസത്തിന്റെ ബൈബിൾ' എന്നു വിശേഷിപ്പിച്ചു. 'സ്ത്രീകളെ, എല്ലാറ്റിനും നിങ്ങൾ അവരോട് കടപ്പെട്ടിരിക്കുന്നു.' എന്ന് ഓർമ്മിപ്പിച്ചു.

ആരായിരുന്നു സിമോങ്ങ് ദ് ബുവ? പുസ്തകങ്ങളേയും അറിവിനെയും ചെറുപ്പം മുതലേ പ്രണയിച്ച ഒരു പെൺകുട്ടി. തന്റെ ജീവിതസംബന്ധിയായ കണ്ടെത്തലുകൾ എഴുത്തിലൂടെ ലോകത്തെ അറിയിക്കാൻ എന്നും ഉത്സുകയായിരുന്നവൾ. പുസ്തകങ്ങളോടൊപ്പം മനുഷ്യരേയും ഇഷ്ടപ്പെട്ടവൾ. ഒരു നല്ല പുസ്തകം വായിച്ചുകഴിഞ്ഞാൽ അതെഴുതിയ ആളെ കാണണമെന്നും പരിചയപ്പെടണമെന്നും ആഗ്രഹിച്ചവൾ. വിവാഹാഭ്യർത്ഥന വീണ്ടും വീണ്ടും നടത്തിയ സാർത്രിനോട്, വേണ്ട, ജീവിതകാലം മുഴുവൻ നമുക്ക് സ്വതന്ത്ര ഇണകൾ ആയിരിക്കാമെന്ന് കരാറിലേർപ്പെട്ടവൾ. സ്ത്രീകളും വൃദ്ധരും നേരിടുന്ന പ്രശ്നങ്ങളെ പറ്റി വിപുലമായി പഠിച്ച് ഗ്രന്ഥങ്ങൾ രചിച്ചവൾ. സത്യത്തെ ഇമവെട്ടാതെ കണ്ണിൽ നോക്കി തിരിച്ചറിഞ്ഞവൾ. നാലുഭാഗങ്ങളിലായി ആത്മകഥയും സമകാലികജീവിതം ഉൾക്കാഴ്ചയോടെ പകർത്തുന്ന

നോവലുകളും രചിച്ചവൾ. അസ്തിത്വവാദത്തിന്റെ വഴിയേ നടന്നവൾ, പുരുഷനേയും സ്ത്രീയേയും പ്രണയിച്ചവൾ-

1949 ൽ 'രണ്ടാംലിംഗം'(the Seconed sex) ഫ്രെഞ്ച്ഭാഷയിൽ പുറത്തുവന്നപ്പോൾ സദാചാരത്തിന്റെ പേരിൽ ഫ്രാൻസിൽ ഒരുപാടു കോലാഹലങ്ങളുണ്ടായി. ഫ്രാൻസ്വേ മോറിയാക്കിനെ പോലുള്ള (Francois Mauriac) ഒരു വലിയ എഴുത്തുക്കാരൻ അതിന്റെ മുൻനിരയിൽത്തന്നെ ഉണ്ടായിരുന്നു. ആ കൃതിയുടെ രാഷ്ടീയമാനം കണ്ടെത്തപ്പെട്ടത് പിന്നീടാണ്. സ്ത്രീകളുടെ ഒരു യുവതലമുറയിൽ അത് വിപ്ലവത്തിന്റെ വിത്തുകൾ പാകി. എത്രയോ സ്ത്രീവാദകൃതികളുടെ രചനയിൽ അത് പ്രചോദനമായി. കെയ്റ്റ് മില്ലറ്റിനേയും ബെറ്റി ഫ്രീഡനേയും ഷുലാമിത് ഫയർസ്റ്റോണിനേയും ജേർമെയ്ൻ ഗ്രിഗറിനേയും പോലുള്ളവരുടെ സ്ത്രീവാദ ചിന്തകൾക്ക് അത് ചിറകുകൾ നൽകി. സ്ത്രീവാദത്തിന് ആദ്യമായി സൈദ്ധാന്തികമായ ഒരടിത്തറ പണിഞ്ഞ കൃതിയായും അത് വിലയിരുത്തപ്പെടുന്നു. സ്ത്രീവാദത്തിന്റെ പുരുഷനുമായി തുല്യതക്കു വാദിക്കുന്ന ഒന്നാം തരംഗത്തിൽ നിന്നും പുരുഷാധിപത്യത്തെ അപനിർമ്മിക്കുന്ന രണ്ടാംതരംഗത്തിലേക്ക് ഒരു പാലം പണിതു ആ ബൃഹദ്കൃതി.

അസ്തിത്വവാദത്തിലൂന്നിയ, ഇടതുപക്ഷച്ചായ്വുള്ള ഒരു സ്ത്രീവാദമാണ്. 'ദ സെക്കന്റ് സെക്സി'ലേത്. അസ്തിത്വവാദത്തിലെ അടിസ്ഥാനപരികല്പനകളായ കർത്താവ് /വസ്തു/ (Subject/object), അധീശത്വം/ അന്തർലീനാവസ്ഥ (Transcendence/immanence), ആത്മാർത്ഥത/ ആത്മവഞ്ചന(bad faith), സ്വാതന്ത്ര്യം, പദ്ധതികൾ (projects) എന്നിവ സ്ത്രീയവസ്ഥയെക്കുറിച്ചുള്ള തന്റെ വിശകലനങ്ങളിൽ ദ് ബുവ ഉടനീളം ഉപയോഗിക്കുന്നു. ഈയൊരു സമീപനത്തെ ലളിതമായി ഇങ്ങനെ സംഗ്രഹിക്കാം: പുരുഷാധിപത്യം സ്ത്രീക്ക് കർതൃത്വം നിഷേധിച്ച് അവളെ വസ്തുവൽക്കരിക്കുന്നു. അങ്ങനെ അവളുടെ ബോധവികാസത്തിനും സ്വയമേറ്റെടുക്കുന്ന വിവിധ പദ്ധതികളിലൂടെയുള്ള അവളുടെ ആത്മാവിഷ്ക്കാരത്തിനും തടസ്സം നിൽക്കുന്നു. അവളിൽ സ്വാതന്ത്ര്യത്തെക്കുറിച്ച് ഭയമുളവാക്കുന്നു. പുരുഷാധിപത്യത്തിന്റെ ഈ അന്യവൽക്കരണ(othering)രീതികൾ സ്വാംശീകരിക്കുമ്പോൾ സ്ത്രീകൾ ആത്മവഞ്ചന നടത്താൻ നിർബന്ധിതരാവുന്നു. ജീവിതത്തിന് അർത്ഥം നൽകുന്ന പ്രവൃത്തികളിൽ ഏർപ്പെടാൻ മനുഷ്യർക്ക് പൊതുവേ ബുദ്ധിമുട്ടുണ്ടാക്കുന്നത് അവരുടെ തന്നെ മടിയും സാമൂഹികമായ അടിച്ചമർത്തലുമത്രെ. സ്ത്രീകളുടെ കാര്യത്തിൽ ഇതിൽ രണ്ടാമത്തേതാണ് മിക്കപ്പോഴും കാരണം. സാമ്പത്തികസ്വാതന്ത്ര്യമാണ് മറ്റെല്ലാ തരം സ്വാതന്ത്ര്യത്തിന്റെയും അടിസ്ഥാനം എന്നും സോഷ്യലിസത്തിൽ വിശ്വസിക്കുന്ന ദ് ബുവ പറഞ്ഞുവെക്കുന്നു. സോഷ്യലിസ്റ്റ്സ്വപ്നം സഫലമാവുമ്പോൾ സ്ത്രീയും സ്വതന്ത്രയാവും എന്നു കരുതിയിരുന്നതിനാൽ ആദ്യകാലത്ത് സ്വയം ഒരു സ്ത്രീവാദിയായിക്കണാൻ അവർ തയ്യാറായിരുന്നില്ല. എന്നാൽ പിന്നീട് ചൈനയും റഷ്യയുമൊക്കെ നേരിൽ കണ്ടുകഴിഞ്ഞപ്പോൾ സോഷ്യലിസം

കൊണ്ടായിില്ലെന്നും സ്ത്രീവിമോചനത്തിന് പ്രത്യേകസമരം തന്നെ വേണമെന്നും അവർക്ക് ബോധ്യമായി. അങ്ങനെ 1970കളുടെ ആരംഭത്തിൽ അവർ ഫെമിനിസ്റ്റ് പ്രവർത്തനങ്ങളിൽ ഭാഗഭാക്കാകാൻ തുടങ്ങി. സ്ത്രീയെപ്പറ്റി ഫ്രോയ്ഡിനും മാർക്സിനും ഉണ്ടായിരുന്നത് പാർശ്വവീക്ഷണങ്ങൾ മാത്രമായിരുന്നുവെന്നും താനവലംബിക്കുന്ന അസ്തിത്വവാദസമീപനം മാത്രമാണ് അവളുടെ അവസ്ഥയെ സമഗ്രമായി പരിശോധിക്കാൻ ഉതകുക എന്നും അവർ അവകാശപ്പെട്ടു.

'ഒരുവൾ സ്ത്രീയായി ജനിക്കുകയല്ല, സ്ത്രീ ആയിത്തീരുകയാണ്' (One is not born a woman, one rather becomes one) എന്ന 'ദ സെക്കന്റ് സെക്സി'ലെ ആ പ്രസിദ്ധമായ പ്രസ്താവന, പിന്നീട് ഉരുത്തിരിഞ്ഞ ലിംഗപദവിസിദ്ധാന്തത്തിന്റെ (Gender theory) ആണിക്കല്ലായി കരുതപ്പെടുന്നു. സംസ്കാരം സ്ത്രീയേയും (പുരുഷനേയും) നിർമ്മിച്ചെടുക്കുകയാണ്, പുരുഷനെ മനുഷ്യനായും സ്ത്രീയെ അതിൽകുറഞ്ഞ എന്തോ ആയും. സ്ത്രീയെ പൂർണമനുഷ്യവ്യക്തിയാക്കുക എന്നതായിരുന്നു ഒരു ഹ്യൂമനിസ്റ്റായ ദ് ബുവയുടെ ലക്ഷ്യം. അവളെ ഭാര്യാപദവിയിലേക്കും മാതൃത്വത്തിലേക്കും മാത്രമായി ഒതുക്കാതിരിക്കുക. അവൾക്ക് സാദ്ധ്യതകളുടെ ചക്രവാളങ്ങൾ മുഴുവനായും തുറന്നുകൊടുക്കുക. അവൾ ഈ പ്രപഞ്ചവുമായി, പുരുഷനെന്ന ഇടനിലക്കാരനില്ലാതെ, നേരിട്ടു സംവദിക്കട്ടെ.

പുരുഷാധിപത്യത്തെ ചോദ്യം ചെയ്യാത്ത സ്ത്രീയുടെ ബോധം മിക്കപ്പോഴും അയഥാർത്ഥലോകങ്ങളിൽ ബന്ധിതമാവുന്നു. ഒന്നുകിൽ സ്വന്തം സൗന്ദര്യത്തിൽ അഭിരമിച്ച് ഒരു നാർസിസിസ്റ്റായി, അല്ലെങ്കിൽ കാമുകനിലൂടെ ജീവിച്ച് കാല്പനിക പ്രണയിനിയായി. അതുമല്ലെങ്കിൽ ഭാവനയിൽമാത്രം കാണുന്ന ഒരീശ്വരനിൽ സ്വയം വിലയിപ്പിച്ച് ഒരു മിസ്റ്റിക്കായി അവൾ ജീവിതം നഷ്ടപ്പെടുത്തുന്നു. തന്റെ ജീവിതത്തിന്റെ ഉത്തരവാദിത്വം സ്വയമേറ്റെടുത്ത്, അതിന് തന്റേതായ രീതിയിൽ അർഥം നൽകുമ്പോഴാണ് ഒരു സ്ത്രീ സ്വതന്ത്രയാവുന്നത്. പ്രണയത്തിൽപ്പെട്ടവളുടെ ഭ്രമകല്പനകൾക്കുദാഹരണമായി ദ് ബുവ ഒരു കഥ പറയുന്നുണ്ട്. ഒരുപാടു നാളായി കാമുകന്റെ എഴുത്തുകിട്ടിയിട്ട്, എന്നിട്ടും ഇപ്പോഴുമയാൾ താനുമായി പ്രണയത്തിൽത്തന്നെ എന്നു വിശ്വസിക്കുന്നു ആ പ്രണയിനി. പിരിയണമെങ്കിൽ ആ കാര്യം അയാൾ നേരിട്ട് എഴുതുമല്ലോ എന്നാണവളുടെ വാദം. ഒടുവിൽ പിരിയാനാഗ്രഹിക്കുന്നു എന്നു പറയുന്ന ആ കത്തുവരുമ്പോൾ അവൾ പിന്നേയും സ്വയം സമാധാനിക്കുകയാണ്- ഹേയ്, യഥാർത്ഥത്തിൽ പിരിയണമെന്നുള്ളയാൾ അതിങ്ങനെ വെട്ടിത്തുറന്നെഴുതില്ല.

ദ് ബുവ ഒരിക്കലും ഒരു പുരുഷവിരോധിയായിരുന്നില്ല, അവരുടെ സ്ത്രീവാദം 'സെപ്പറേറ്റിസ്റ്റ്' (Separatist)ആയിരുന്നില്ല എന്നർത്ഥം. സാർത്രിനെ കണ്ടുമുട്ടിയതാണ് തന്റെ ജീവിതത്തിലെ ഏറ്റവും പ്രധാന സംഭവം എന്നവർ എഴുതിയിട്ടുണ്ട്. സാർത്രിനെക്കൂടാതെ, നെൽസൺ ആൾഗ്രൻ (Nemson Algren) എന്ന അമേരിക്കൻ എഴുത്തുകാരനുമായും, ക്ലോഡ് ലാൻസ്മാൻ (Clzude Lanzman) എന്ന മറ്റൊരാളുമായും ഒക്കെ

ഏറെ അടുപ്പത്തിലായിട്ടുണ്ട് അവർ. സ്ത്രീയും പുരുഷനും എല്ലാത രത്തിലും രണ്ട് സ്വതന്ത്രവ്യക്തികളായിരിക്കുകയും, കാല്പനികതയുടെ നനുത്ത ആവണമില്ലാതെ തികഞ്ഞ യാഥാർത്ഥബോധത്തോടും ഉടമ സ്ഥതാമനോഭാവമില്ലാതെയും അന്യോന്യം കാണുകയും ചെയ്യുമ്പോഴേ പ്രണയം സത്യസന്ധമാകുന്നുള്ളു എന്നവർ വിശ്വസിച്ചു. സ്വയം അറി യാൻ പ്രണയം നമ്മെ സഹായിക്കുന്നു. 'എനിക്കും എനിക്കും ഇടയിലെ ഒഴിച്ചുകൂടാനാവാത്ത കണ്ണിയാകുന്നു പ്രണയം' എന്നവർ പറയുന്നുണ്ട്. പ്രണയവും സൗഹൃദവുമാണ് മനുഷ്യന്റെ ഏറ്റവും വലിയ നേട്ടങ്ങൾ എന്നും. എങ്കിലും താനിരിക്കുന്നിടം തന്നെയായിരിക്കണം സ്ത്രീയുടെ ലോകത്തിന്റെ കേന്ദ്രം; തന്റെ പുരുഷൻ ഇരുക്കുന്നിടമായിരിക്കരുത്. കാല്പനികത തകരുമ്പോൾ സ്ത്രീപുരുഷബന്ധത്തിലെ സൗന്ദര്യം ചോർന്നുപോവില്ലെ എന്നു പേടിക്കുന്നവരോട് ദ് ബുവക്ക് പറയാനു ള്ളതിതാണ്: ശാരീരികമായ വ്യത്യസ്തതകൾ സ്ത്രീക്കും പുരുഷനു മിടയിലെ മാന്ത്രികത എന്നും നിലനിർത്തും. ലെസ്ബിയൻ ബന്ധങ്ങ ളും ചർച്ചചെയ്യപ്പെടുന്നുണ്ട് ''രണ്ടാംലിംഗ'ത്തിൽ. ആരും അതേപ്പറ്റി പറയാൻ ധൈര്യപ്പെടാതിരുന്ന അക്കാലത്ത് അതിനെ സ്ത്രീയെന്ന വ്യക്തിയുടെ ഒരു തെരഞ്ഞെടുപ്പായിക്കണ്ട് ബഹുമാനത്തോടെ കൈകാ ര്യം ചെയ്തു അവർ.

മാതൃത്വത്തിന്റെ ആദർശവൽക്കരണത്തെ ദ് ബുവ ചോദ്യം ചെയ്യു ന്നു. മാതൃത്വവാഞ്ഛ എല്ലാ സ്ത്രീകളിലും കാണാനാവില്ലെന്നും കു ട്ടികളെ ദ്രോഹിക്കുന്ന എത്രയോ അമ്മമാരുണ്ടെന്നും എടുത്തുപറ ഞ്ഞുകൊണ്ട്. ആദ്യം പറഞ്ഞതിന് 'പന്ത്രണ്ടു മക്കളെ പെറ്റൊരമ്മ'യായ ടോൾസ്റ്റായ്‌യുടെ പത്നിയെ അവർ ഉദാഹരിക്കുന്നു. തന്റെ ജീവിത ത്തിൽ നിറയുന്ന ശൂന്യതയെപ്പറ്റിയാണ് സോഫി ടോൾസ്റ്റോയ് തന്റെ നാൾവഴിപ്പുസ്തകത്തിൽ എന്നും പരാതിപ്പെട്ടിരുന്നത്.

നിയമാനുസൃത ഗർഭഛിദ്രത്തിനുള്ള അവകാശത്തിനുവേണ്ടിയും അവർ നിലകൊണ്ടു. അതേക്കുറിച്ച് വേവലാതിപ്പെടുന്ന ചില കടുത്ത മതവിശ്വാസികളെ അവർ കണക്കിനു പരിഹസിക്കുന്നുണ്ട്: കുട്ടി ജനി ച്ചശേഷം അതിന്റെ അവസ്ഥയെന്ത് എന്നതിനെപ്പറ്റി ഒട്ടും വേവലാതി യില്ലാത്തവർ ഭ്രൂണത്തിനുവേണ്ടി മുതലക്കണ്ണീരൊഴുക്കുന്നു എന്ന്; യുദ്ധത്തിൽ മരിച്ചു വീഴുന്ന മനുഷ്യരെപ്പറ്റി ഇവരെന്താണ് വ്യാകുല രാവാതിരിക്കുന്നതെന്ന്. അതേ സമയം, സ്ത്രീയുടെ മനസ്സിന് അ ബോർഷൻ പലപ്പോഴും ഏല്പിക്കുന്ന ആഘാതവും അവർ കാണാ തിരിക്കുന്നില്ല. ഒരിക്കലും അമ്മയായിട്ടില്ലാത്ത ദ് ബുവ ഗർഭകാലത്തേ യും മറ്റും പറ്റി നടത്തുന്ന കൃത്യമായ പരാമർശങ്ങൾ വായനക്കാരെ അത്ഭുതപ്പെടുത്തും, പിരന്ന വായനയും സൂക്ഷ്മനിരീക്ഷണവും തീവ്ര മായ സംവേദനവും ഉണ്ട് അതിനുപിന്നിൽ. പല സ്ത്രീവാദികളേയും പോലെ താനും കുടുംബവ്യവസ്ഥ ഇല്ലാതാവണമെന്നാഗ്രഹിക്കുന്നു എന്നു പറയുമ്പോഴും അതിനു പകരം വെക്കാൻ എന്തുണ്ടെന്നു ചോ ദിച്ചാൽ എനിക്കതിനുത്തരമില്ല എന്ന് അവർ തുറന്നു സമ്മതിക്കുന്നു.

'ദ സെക്കന്റ് സെക്സി' ൽ അഞ്ച് പാശ്ചാത്യ എഴുത്തുകാരന്മാരുടെ കൃതികൾ സ്ത്രീയുടെ കണ്ണിലൂടെ വിമർശനവിധേയമാക്കുന്നുണ്ട്. മന്തർലന്റ്, ഡി.എച്ച്. ലോറൻസ്, ക്ലോഡൽ, ബ്രെറ്റൺ (Breton) സെറ്റൻഡൽ എന്നിവരാണ് ആ എഴുത്തുകാർ. ഒരുദാഹരണമെടുത്താൽ ലോറൻസിന്റെ നായകൻമാർ ആത്മവിശ്വാസത്തിൽ അഭിരമിക്കുമ്പോൾ, നായികമാർ സ്വയം അവർക്കു മുമ്പിൽ സമർപ്പണം ചെയ്യേണ്ടവരായി ചിത്രീകരിക്കപ്പെടുന്നു. ഇത്തരം എതിർവായന, എലെയിൻ ഷോവോൾട്ടർ പിന്നീട് 'ഫെമിനിസ്റ്റ് ക്രിട്ടീക്' എന്നു പേരിട്ടുവിളിച്ച സാഹിത്യവിമർശനരീതിയുടെ ഒരു പ്രാഗ്‌രൂപമാണ് എന്നു കാണാം. അതേ സമയം, പുരുഷന്മാരായ എഴുത്തുകാരേയും ചിന്തകരേയും തീരെ വിശ്വസിച്ചു പോകരുതെന്ന് ചില സ്ത്രീവാദികൾക്കുള്ള ശാഠ്യം ദ് ബുവക്കുണ്ടായിരുന്നില്ല. അറിവിന്റെ ലോകത്തിൽ പുനർവായനയാണ്, പൂർണ്ണതിരസ്ക്കാരമല്ല വേണ്ടത് എന്നവർ ഉറച്ചു വിശ്വസിച്ചു.

തന്റെ അറുപത്തിമൂന്നാമത്തെ വയസ്സിൽ ദ് ബുവ പറയുകയുണ്ടായി, മറ്റെല്ലാവരേയും പോലെ തനിക്കും പ്രായാധിക്യം ആന്തരമായി അനുഭവവേദ്യാമാകുന്നില്ല എന്ന്. അവർ എപ്പോഴും യുവത്വത്തോട് സംവദിച്ചു. തന്നേക്കാൾ മുപ്പത്തിമൂന്നുവയസ്സിനിളപ്പമായ സിൽവി എന്ന ചെറുപ്പക്കാരിയുമായി അവർക്ക് ഏറെ ആഹ്ലാദകരമായ ആത്മബന്ധം സാദ്ധ്യമായി. എപ്പോഴാണ് ഒരുവളുടെ ലൈംഗികമോഹത്തിന് അറുതിവരികയെന്ന് ഒരു സ്ത്രീയോട് ആരോ തിരക്കിയപ്പോൾ 'എനിക്കറിയില്ല, എനിക്കു വെറും അറുപത്തഞ്ചുവയസ്സല്ലേ ആയിട്ടുള്ളൂ' എന്ന് അവർ നിഷ്കളങ്കം മറുപടി പറഞ്ഞ കഥ ഉദ്ധരിച്ച് ചിരിക്കുന്നുണ്ട് ദ് ബുവ. വാർദ്ധക്യത്തെപ്പറ്റി അവർ രചിച്ച വിശദമായ പഠനഗ്രന്ഥത്തിൽ, സമൂഹം വ്യക്തിയോടു കാണിക്കുന്ന അനീതിയുടെ പ്രതിഫലനമായി ആ അവസ്ഥയെ കാണുന്നുണ്ട്. നല്ല കാലത്ത് മനുഷ്യനായി കാണാതെ, ചൂഷണമനഃസ്ഥിതിയോടെ ഒരു യന്ത്രമാക്കിത്തീർത്ത്, ഒരുവനെ അവന്റെ തൊഴിൽ മാത്രമാക്കി വെട്ടിച്ചുരുക്കുന്നതു കൊണ്ടാണ് അവന് റിട്ടയർമെന്റ് ഒരു പേടിസ്വപ്നമാവുന്നത്. അല്ലായെങ്കിൽ, ശാരീരികശേഷി കുറഞ്ഞുവരുമ്പോഴും, തന്റേതായ നിരവധി പ്രവൃത്തികളിൽ മുഴുകി ജീവിതം മരണംവരെ സജീവമാക്കി നിലനിർത്താൻ മനുഷ്യനു കഴിയും.

ഒരു യാഥാസ്ഥിതിക കാത്തലിക്ക് കുടുംബത്തിലാണ് ജനിച്ചുവളർന്നതെങ്കിലും, ദ് ബുവ പിന്നീട് ഒരു നിരീശ്വരവാദിയായിത്തീർന്നു. മരണാനന്തരജീവിതത്തിലും അവർ വിശ്വസിച്ചില്ല. ദൈവവിശ്വാസം പലപ്പോഴും ജീവിതത്തിന്റെ കടുത്ത യാഥാർത്ഥ്യങ്ങളിൽനിന്നുള്ള ഒളിച്ചോടലാണെന്ന് അവർ കരുതി; ഒരു നിരീശ്വരവാദിയാകട്ടെ അവയെ സത്യസന്ധമായി നേരിടുന്നു. സത്യത്തിനുവേണ്ടി സമർപ്പിക്കപ്പെട്ട ഒരു ജീവിതമായിരുന്നു അവരുടേത്. വസ്തുതകളിൽ ഊന്നിനിന്നാണ് അവരെന്നും സംസാരിച്ചത്. 'വാസ്തവികത' (Facticity) എന്ന പദമാണ് ഈ നിഷ്ഠയെക്കുറിക്കാൻ അവരുപയോഗിച്ചത്.

ഇന്ന് സ്ത്രീവാദചിന്തയുടെ ലോകത്ത് സിമോങ്ങ് ദ് ബുവയുടെ

സ്ഥാനം എന്താണ് എന്ന ചോദ്യം പ്രസക്തമാണ്. 'ഒന്നുമില്ലെങ്കിൽ എന്റെ തലമുറയിലെ സ്ത്രീകളെ തങ്ങളെപ്പറ്റിയും തങ്ങളുടെ സാമൂഹ്യസ്ഥിതിയെപ്പറ്റിയും, ബോധവതികളാക്കാൻ എന്റെ കൃതി സഹായിച്ചു,' എന്ന് തന്റെ ആത്മകഥയിൽ 'ദ സെക്കന്റ് സെക്സി'നെപ്പറ്റി അവർ എഴുതി. എന്നാൽ ലകാനും, ഫൂക്കോയും ഡെറീഡയും ഭരിക്കുന്ന ഉത്തരാധുനികതയുടെ കാലത്തെ സ്ത്രീവാദം അവരെക്കടന്ന് ഒരുപാട് മുന്നോട്ട് പോയിരിക്കുന്നു. ഹെലൻ സിസൂവിന്റേയും ജൂലിയ ക്രിസ്റ്റേവയുടേയും ലൂസ് ഇറിഗാറേയുടേയും ഫ്രെഞ്ച് ഫെമിനിസം സ്ത്രീക്കും പുരുഷനുമിടയിലെ 'വ്യത്യസ്തത' എന്ന സങ്കല്പനത്തെയാണ് പിന്തുണക്കുന്നത്. 'തുല്യത'യെപ്പറ്റി പറയുന്ന ദ് ബുവയുടെ സ്ത്രീവാദത്തെ അവർ കഠിനമായി വിമർശിക്കുന്നു. പുരുഷൻ ആയിരുന്നു അവർക്ക് മനുഷ്യൻ എന്നും, പുരുഷനെപ്പോലെ ആകലാണ് അവർക്ക് സ്ത്രീവിമോചനം എന്നും അവർ കുറ്റപ്പെടുത്തുന്നു. എന്നാൽ 'വ്യത്യസ്തത' ആശയലോകത്ത് കൊണ്ടാടപ്പെട്ടാൽ അത് വീണ്ടും സ്ത്രീയെ അടിച്ചമർത്തുന്നതിലേക്ക് വഴിതുറക്കും എന്ന് ദ് ബുവ ഭയപ്പെട്ടിരുന്നു.

അവരോടുള്ള എതിർപ്പിന് മറ്റൊരു കാരണം സ്ത്രീശരീരത്തോട് അവർ പുലർത്തിയിരുന്ന അകൽച്ചാമനോഭാവമാണ്. ആർത്തവമായാലും ഗർഭമായാലും മുലയൂട്ടലായാലും ഒക്കെ സ്ത്രീക്കുമേൽ പ്രകൃതി കെട്ടവെച്ച ഭാരങ്ങളായാണ് അവർ കണ്ടത്. ഇവയെല്ലാം സ്ത്രീയുടെ തനിമയായി ആഘോഷിക്കപ്പെടേണ്ടതാണ് എന്ന വാദം ഇന്ന് ശക്തമാണ്. ദ് ബുവയുടെ ഭാഷക്കുപോലുമുണ്ട് ആൺസ്വഭാവം എന്ന വിമർശനവും ഉയരുകയുണ്ടായി. ശരീരത്തിൽനിന്ന് വിട്ടുനിൽക്കുന്ന തരം ആശയങ്ങളുടേതാണ് അവരുടെ ലോകമെന്നും അവരുടെ സ്വന്തം ജീവിതത്തിൽപ്പോലും അവക്ക് വേരുകളില്ലെന്നും, കുടുംബിനികളായ സാധാനരണ സ്ത്രീകളെ അവർക്ക് പുച്ഛമായിരുന്നുവെന്നും ഷാന്റൽ ഷവാഫി (Chantal Chawaf) നെപ്പോലുള്ള പിൽക്കാല ഫെമിനിസ്റ്റുകൾ പരാതി പറയുന്നുണ്ട്. ശരീരത്തിനും അബോധത്തിനും അവർ വേണ്ട പ്രാധാന്യം കൊടുത്തില്ലെന്ന് ക്രിസ്റ്റേവയും വിശ്വസിക്കുന്നു, മദ്ധ്യവർഗ വനിതകളുടെയല്ലാതെ, ദരിദ്രസ്ത്രീകളുടെയോ ഗ്രാമീണകളുടെയോ പ്രശ്നങ്ങളൊന്നും അവർ തൊട്ടിട്ടില്ല എന്നതാണ് മറ്റൊരാക്ഷേപം. ദ് ബുവ ഉപയോഗിച്ച അസ്തിത്വവാദാശയങ്ങളുടെ പുരുഷസ്വഭാവവും ആക്രമണവിധേയമായിട്ടുണ്ട്.

''ഞാനൊരു സ്ത്രീയായി ജനിച്ചു, പക്ഷേ ഞാനിനിയും ഞാനെന്തായ് പിറന്നുവോ അതാവേണ്ടിയിരിക്കുന്നു' എന്നിങ്ങനെ 'ദ സെക്കന്റ് സെക്സിലെ' മുൻപുദ്ധരിച്ച ആ പ്രസിദ്ധവാചകത്തെ മാറ്റിയെഴുതുന്നുണ്ട് ലൂസ് ഇറിഗാറേ. പക്ഷേ ചുഴിഞ്ഞുനോക്കിയാൽ രണ്ടിലേയും അടിസ്ഥാനസത്യം ഒന്നുതന്നെയല്ലേ? സ്ത്രീയെ അവളാവാൻ അനുവദിക്കാത്ത സമൂഹത്തെത്തന്നെയല്ലേ ഇരുവരും സ്വന്തം രീതിയിൽ വിമർശിക്കുന്നത്? ദ് ബുവയിലൂടെ ലിംഗപദവിനിർമ്മിതിയെ പറ്റി പറഞ്ഞു തുടങ്ങിയ സ്ത്രീവാദം, ഇന്ന് ലിംഗവ്യത്യാസവും ഒരു

നിർമ്മിതി തന്നെ (gender precedes sex) എന്നു പറയാൻ തുടങ്ങിയിരിക്കുന്നു എന്നതും ശ്രദ്ധേയം.

ചോദ്യംചെയ്യലിന്റെ പാരമ്യത്തിൽ 'എനിക്കവരെ വായിക്കാനോ മനസ്സിലാക്കാനോ കഴിയുന്നില്ല' എന്ന് പെണ്ണെഴുത്തിന്റെ വക്താവായ ഹെലൻ സിസുവിനെപ്പോലൊരാൾ പറയുമ്പോൾ കാലത്തിന്റെ കരുണാരാഹിത്യമോർത്ത് നാം ഒരുവേള സ്തബ്ധരാവുന്നു. എന്നാലും 'അവരെന്റെ ആത്മാവിന്റെ അമ്മയാണ്'' എന്ന്, പുരുഷനിൽ സ്ത്രീയും സ്ത്രീയിൽ പുരുഷനും ഉണ്ടെന്നും പ്രണയത്തിൽ ആസക്തിയേക്കാൾ ആവശ്യം മൃദുലതയാണെന്നും ഒക്കെ തെളിഞ്ഞ ശബ്ദത്തിൽ പറയുന്ന എലിസബത്ത് ബാഡിന്ററെ (Elisabeth Badinter) പോലൊരു സ്ത്രീവാദി ഹൃദയപൂർവ്വം ഏറ്റുപറയുമ്പോൾ, സിമോങ് ദ് ബുവയുടെ ജന്മം സഫലം തന്നെ എന്ന് നാം സന്തോഷത്തോടെ തിരിച്ചറിയുന്നു.

●